மாயத்தூக்கம்

சிறார் நாவல்

(வயது வரம்பு : கேட்க 5+ படிக்க 9+)

துரை ஆனந்த் குமார்

டிஸ்கவரி பப்ளிகேஷன்ஸ்
எண்: 9, பிளாட் எண்: 1080A, ரோஹிணி பிளாட்ஸ்,
முனுசாமி சாலை, கே.கே.நகர் மேற்கு,
சென்னை-600 078. பேச: 99404 46650

வெளியீட்டு எண்: 0177

மாயத்தூக்கம் *(நாவல்)*, **துரை ஆனந்த் குமார்**©,
Maayathookkam (Novel), **Durai Anand kumar**©,
அட்டை, ஓவியங்கள்: கே.சொக்கலிங்கம்,
First Edition: October - 2022

ISBN: 978-93-94762-35-0
Pages: 72

Publisher • Sales Rights

Discovery Publications
No. 9, Plot,1080A, Rohini Flats,
Munusamy Salai,
K.K.Nagar West, Chennai - 78.
Tamilnadu, India.
Mobile: +91 99404 46650

Discovery Book Palace (P) Ltd
No. 1055-B, Munusamy Salai,
K.K.Nagar West,
Chennai-600 078.
Ph: (044) 4855 7525
Mobile: +91 87545 07070

discoverybookpalace@gmail.com / www.discoverybookpalace.com

ஆசிரியர் குறிப்பு

துரை ஆனந்த் குமார், வேலூரைச் சொந்த ஊராகக் கொண்டவர். சுகாதாரம், பாதுகாப்பு மற்றும் சுற்றுச்சூழல் நிபுணராக அபுதாபியில் அரசுத்துறையில் 2008 முதல் பணிபுரிந்துவருகிறார். 24 ஆண்டு கால தொழில்முறை அனுபவம் உடையவர்.

சிறுவர்களுக்கான கதை சொல்லுதல், கதை எழுதுதல், சிறார் குழு ஒருங்கிணைப்புப் பணிகளில் 2018ஆம் ஆண்டு முதல் ஆர்வத்துடன் ஈடுபடுகிறார். 'Kids Tamil Stories' சிறார் குழுவின் ஒருங்கிணைப்பாளராக இருந்து, அந்தக் குழுவின் 27 குழந்தைகளைச் சிறுகதைகள் எழுதவைத்து, 'பேனா பிடித்த நட்சத்திரங்கள்' என்னும் இருமொழிப் புத்தகத்தைத் தொகுத்து வெளியிட்டார். எல்லாச் சிறாருக்கும் நல்ல சிந்தனைகளும், கதைகளும் சென்று சேர வேண்டும் என்ற முனைப்புடன் செயல்பட்டுவருகிறார்.

இதுவரை வெளியாகியுள்ள இவரது படைப்புகள்: சிறார் சிறுகதைகள் 53, சிறார் சிறுகதைப் புத்தகங்கள் 5: (கெட்டிக்காரக் குட்டித்தவளை தொகுதி 1–2, இதுவும் கடந்து போகும், ஆகச்சிறந்த வீரன், இப்படிக்கு திருடன் டிராகா)

1 தொகுத்த நூல் : பேனா பிடித்த நட்சத்திரங்கள்.

4 சிறார் நாவல்கள் : ச்சூ மந்திரக் காடு, இரண்டாம் மெட்ராஸ், சின்னச்சின்ன ஆசை, நீலக்கழுகு.

ஓவியர் K.சொக்கலிங்கம்
(அட்டை ஓவியம் – உள் ஓவியங்கள்)

ஓவியர் குறிப்பு

நாகர்கோவிலுக்கு அருகிலுள்ள கோதை கிராமத்தைச் சொந்த ஊராகக் கொண்டு வசித்துவருகிறார். கடந்த 30 வருடங்களுக்கு மேலாக, பல முன்னணிப் பத்திரிகைகளுக்கும் பதிப்பகங்களுக்குமாக இருபதாயிரத்திக்கும் மேற்பட்ட ஓவியங்களை வரைந்திருக்கிறார்.

ஓவியம், எந்திரவியல் என இரண்டு துறைகளில் அடிப்படைப் படிப்பைப் படித்தவர். சிற்ப வேலை, மரவேலை, சமையல் வேலை என்று பல்வேறு வேலைகளைச் செய்த அனுபவம் உடையவர். சிறார் இலக்கியத்திலும், கதை எழுதுதல், நூல் வடிவமைப்பு ஆகிய திறமைகளும் உடையவர்.

தன் மனதுக்கு நெருக்கமான சிறார் ஓவியம் வரைதலை தன் வாழ்க்கைக்கான பணியாகத் தேர்ந்தெடுத்து முத்திரை பதித்து வருகிறார். குழந்தைகள் ஓவியத்திற்கான NCERT அமைப்பின் 1999ஆம் வருடத்திற்கான தேசிய விருது, இவருக்குக் கிடைத்த அங்கீகாரங்களுள் ஒன்று!

1

டூட்டுவும் டோஜியும்

அந்த அதிகாலை நேரத்தில் மொத்தம் பத்துப் பன்னிரண்டு கிளிகள், வசிப்பதற்கு ஏற்ற இடம் தேடிப் பறந்துகொண்டு இருந்தன. டூட்டுதான் அந்தக் கிளிக்கூட்டத்திலேயே பழுத்த அனுபவமுள்ள கிளி. தலைவி என்றுகூட வைத்துக் கொள்ளலாம்.

"அதோ பாருங்க, ஒரு பெரிய்ய காடு" என லோரா கிளிக்குஞ்சு கிறீச்சிட்டது. உண்மைதான். மிகப்பெரிய காடு ஒன்று தொலைவில் தெரிந்தது. கிளிகள் காட்டை நெருங்கின.

உற்சாகமாகக் காட்டுப் பகுதிக்குள் நுழைந்த கிளிகள், உயரத்தையும் வேகத்தையும் குறைத்துவிட்டுப் பறந்தன. இப்போது கீழே பார்த்தால் சிவப்புச் சாந்தைக் குழைத்தது போன்ற வண்ணமே எங்கும் தெரிந்தது.

லோரா கிளி, "டூட்டு, நாம இங்கயே தங்கலாம்" என்று உற்சாகக் குரல் எழுப்பியது.

டூட்டு, "அவசரப்படாத! இந்தக் காடு நமக்கு ஒத்து வருமான்னு சந்தேகமா இருக்கு" என்றது.

மற்ற கிளிகளுக்கு ஒரே வியப்பு. "மனிதர்கள் தொல்லை இல்லாம, இவ்ளோ பெரிய காடு கண்ணைப் பறிக்குதே! இதை ஏன் வேணுமா வேணாமான்னு யோசிக்கிற?" என்றது ரோஜாக்கிளி.

டூட்டு, "அதெல்லாம் சரிதான், ஆனா, நாம உயிர் வாழ, பழங்கள் வேணும். இந்தக் காட்டுல அடிப்படையான விஷயங்களே சரியில்ல; அத கவனிச்சீங்களா?" என்றபோதுதான் மற்ற கிளிகள் உற்றுப் பார்த்தன.

இப்போதுதான் அவற்றுக்கு ஒரு உண்மை புரிந்தது. மிகப் பெரிய காடுதான். ஆனாலும், மரம் செடி கொடிகளே இல்லை. ஒன்றிரண்டு காய்ந்த மரங்களைத் தவிர கண்ணுக்கு எட்டிய தூரம் வரை பொட்டல் காடாகவும் வறண்ட செம்மண் பூமியாகவும் இருந்தது. கடைசியாக எப்போது மழை பெய்ததோ?

இங்கொன்றும் அங்கொன்றுமாக இருந்த புதர்களில் பல விலங்குகளும் பூச்சிகளும் காணப்பட்டன. குன்று ஒன்றின்

உச்சியிலும், பாறைகளின் இடுக்குகளிலும் பறவைகள் கூட்டமாகக் காணப்பட்டன.

லோரா, "வினோதமான காடு" என்று முணுமுணுத்தது. மற்ற கிளிகள் ஒன்றையொன்று பார்த்து விழித்தன.

டூட்டு, "இன்னொரு வினோதமும் இருக்குது" என்று சுட்டிக்காட்டியதைப் பார்த்த கிளிகள் திகைத்தன. அங்கிருந்த எல்லா விதமான விலங்குகளும், பறவைகளும், பூச்சிகளும் கொழுகொழுவென்று ஊட்டமாகவும் உற்சாகமாகவும் தென்பட்டன.

மரங்களும், காய்களும், பழங்களும் அறவே இல்லாத காட்டுப்பகுதியில் இத்தனை உயிரினங்கள், உணவு இல்லாமல் எப்படி வாழமுடியும்; எப்படி இவ்வளவு பொலிவுடன் இருக்க முடியுமென்றே தோன்றியது. இதைத் தெளிவுபடுத்திக்கொள்ளாமல் இந்தக் காட்டில் வாழ எப்படி முடிவு செய்வது என்று யோசித்த டூட்டு, சுற்றுமுற்றும் பார்த்தது.

அந்தப் பக்கம் குரங்குக்கூட்டம் ஒன்று, மரங்கள் இல்லாததால் நிலத்திலும் அருகிலிருந்த பாறைகளிலும் தாவிச் சென்றுகொண்டிருந்தன. அருகில் சென்ற டூட்டு, "நண்பர்களே! இந்தக் காடு நாங்க வந்து வாழப் பொருத்தமான இடமா?" என்று விசாரித்தது. குரங்குகளும் அந்தக் காடு நல்ல இடமே என்று சொல்லி வரவேற்றன.

"ஆனா, மரங்கள், காய்கள், பழங்களே இல்லையே? நாங்க எப்படி உயிர்வாழுறது? நீங்களும்தான், பழமே இல்லாத இந்த எடத்துல எப்படிக் காலம் தள்றீங்க?" என்று டூட்டு கேட்டது.

"விவரமா இருக்கீங்களே" என்ற உற்சாகமான குரல் கேட்டது.

டூட்டு குரல் வந்த திசையைப் பார்த்தது.

"எம் பேரு டோஜி!" என்று குட்டிக்குரங்கு ஒன்று புன்னகையுடன் கையாட்டியது.

டூட்டுவும் தன்னை அறிமுகம் செய்துகொண்டது. இரண்டும் சில நிமிடங்களிலேயே நட்பாகிவிட்டன.

"நான் கேட்டதுக்கு நீங்க யாரும் இன்னும் பதிலே சொல்லல" என டூட்டு நினைவுபடுத்தியது.

- மாயத்தூக்கம்

மூத்த குரங்கு ஒன்று, புன்னகைத்துவிட்டு, "சரியான நேரத்துக்குதான் இங்க வந்திருக்கீங்க. வாங்க, காட்டு ராஜா கரடியின் குகை வாசலுக்குப் போலாம். தினமும் காலையில எல்லாருக்கும் தேவையான காய், பழம், கீரை இதையெல்லாம் ராஜா தருவாரு. அப்படிதான் நாங்கல்லாம் உயிர் வாழுறோம்" என்று சொல்லிவிட்டுக் குரங்குகள் தாவித்தாவிச் சென்றன.

வியப்படைந்த கிளிக்கூட்டம் மேலே மெதுவாகப் பறந்தபடி குரங்குகளைத் தொடர்ந்து சென்றது. சீரான லயத்துடன் எல்லாக் குரங்குகளும், பாறைக்குப் பாறை தாவியபோது நடனமாடுவது போலவே கிளிகளுக்குத் தோன்றியது. சில நிமிடப் பயணத்தில், ஆற்றங்கரையோரம் இருந்த ஒரு குகையின் வாசலை அடைந்தன.

"இதான் நம்ம ராஜாவின் குகை, அங்க பாருங்க!" என்று குரங்கு ஒன்று சுட்டிக்காட்டியது.

அது காட்டிய இடத்தில் பார்த்த டூட்டுவும் மற்ற கிளிகளும் பெரும் வியப்படைந்தன. அப்படி ஒரு காட்சியை அதுவரை அவை பார்த்ததே இல்லை.

2

ஒரு சந்தேகம்

குரங்கு சுட்டிக்காட்டிய இடத்தைப் பார்த்த டூட்டுவும் மற்ற கிளிகளும், தம் கண்களையே நம்ப முடியாமல் ஆச்சரியத்தில் விழித்தன.

காட்டு ராஜாவான கரடி வசித்து வந்த குகை அப்படி ஒன்றும் பெரிதாக இல்லை. ஆனால், அந்தக் குகையைச் சுற்றிலும் கற்பாறைகள் கொட்டிக்கிடந்தன. மேலிருந்து பார்த்தால், வட்ட வடிவத்தில் கற்பாறைகள் அரண் போல அமைந்திருப்பது தெரியும். வெளியேயிருந்து பார்த்தால், குகை கண்ணில் தெரியவே தெரியாது. அதற்கு அந்தக் கற்பாறைகள் நெருக்கமாக இருந்ததும், பனைமரத்தில் பாதியளவு உயரத்துடன் இருந்ததும் காரணமாக இருந்தது.

காட்டு ராஜா கரடியின் குகை வாசலில் பலவித விலங்குகளும் பறவைகளும் அமைதியாகக் குழுமியிருந்தன. எண்ணிக்கையில் நூற்றுக்கணக்கானவை; ஆனாலும் அதிகச் சத்தமில்லை.

குகைக்கு முன்பாகக் குறைந்தது நூறு கூடைகள் வைக்கப்பட்டு இருந்தன. ஒரு கூடை முழுதும் கேரட்டுகள்,

ஒன்றில் மாம்பழங்கள், இது போலவே, ஆப்பிள்கள், ஆரஞ்சுகள், வாழைப்பழங்கள், தேங்காய்கள், சப்போட்டாக்கள், ஸ்ட்ராபெர்ரிகள், லிச்சிகள், பச்சைப் பசேலென்ற கீரை, முள்ளங்கிகள், தக்காளிகள் என எத்தனை எத்தனையோ வகையான காய்கறிகளும் பழங்களும் அந்தக் கூடைகளில் குவித்து வைக்கப்பட்டிருந்தன.

குகையின் வாசலில் விறைப்பாகக் காவலுக்கு நின்றிருந்த வேட்டை நாய்கள் விலகி வழிவிட்டன. காட்டு ராஜா கரடி, வாசலில் வந்து நின்று, "எல்லோருக்கும் வணக்கம்" என்றது. விலங்குகளும் பறவைகளும் பதில் வணக்கம் தெரிவித்தன.

"உங்களுக்கான இன்றைய உணவு தயாரா இருக்குது. வேண்டியத கூச்சப்படாம எடுத்துச் சாப்பிடுங்க" என்று புன்னகைத்த கரடி, தன் குகைக்குள் செல்ல ஒரு அடி எடுத்து வைத்தது.

விலங்குகள், "நன்றி ராஜா" என்று முழங்கின.

டூட்டு கிளி, "ஒரு நிமிஷம் ராஜா!" என்றது.

வியப்புடன் திரும்பிய கரடியிடம், "எம்பேரு டூட்டு! நாங்க இந்தக் காட்டுக்குப் புதுசா வந்திருக்கோம்" என்றது.

கரடி, "நல்வரவு! உங்களுக்கு இங்க தினமும் வேண்டிய பழங்கள் தாராளமா கிடைக்கும்." என்று புன்னகைத்தது.

"நன்றி ராஜா ! ஒரே ஒரு சந்தேகம் கேக்கலாமா ?" என்றது.

கரடி தலையசைக்கவும், "இந்தக் காட்டுல மரங்களே இல்ல ! காய்கறிகள், பழங்கள்லாம் விளையவே இல்ல. அப்பறம் எப்படி எங்க எல்லாருக்கும் உங்களால இவ்ளோ காய்பழங்களை தினமும் குடுக்க முடியுது ? இதெல்லாம் எங்கேயிருந்து வருது ? இல்ல நீங்களே உங்க குகைக்குள்ளே தோட்டம் போட்டு வளக்கறீங்களா ?" என்று டூட்டு கேட்டது.

திடீரென்று இப்படி ஒரு கேள்வியைக் கரடி ராஜா எதிர்பார்க்கவில்லை. ஏதோ சொல்ல வாயடுத்தது. அதன் பின்னர் தயக்கத்துடன், "ஒரு சில விஷயங்கள் நமக்கெல்லாம் தெரியாம இருந்தாலே ரொம்ப நல்லது" என்று மட்டும் சொல்லிவிட்டு மௌனமாகக் குகைக்குள் சென்றுவிட்டது. காவல் நாய்களும் கரடியின் பின்னாலேயே போய்விட்டன.

குள்ள நரி, "நம்ம ராஜா ரொம்ப நல்லவரு. வழக்கமா தினமும் கொஞ்ச நேரம் நாங்க எல்லாருமே அவர்கூட அரட்டை அடிப்போம். நீ ஏடாகூடமா கேள்வி கேட்டு அவரை உள்ள அனுப்பிட்ட !" என்றது குற்றம் சாட்டும் குரலில்.

காட்டெருமை, "ஏ துட்டு ! பழம் எப்படி வந்தா நமக்கென்னா ? தினமும் சுவையான காய் பழங்கள், தேவையான அளவு கிடைக்குதுல்ல ? அப்புறம் ஏன் ராஜாவைக் கேள்வி கேக்குற ? நாங்க யாருமே இதுவரை ராஜாவோட குகைக்குள்ளே போனதில்ல; அவரை இதுவரை ஒருத்தர் கூட கேள்வி கேட்டதுமில்லை தெரியுமா ? " என்றது. மற்ற விலங்குகளும் காட்டெருமையின் கருத்தை ஆமோதித்தன.

"அண்ணே, எம்பேரு துட்டு இல்ல, டூட்டு ! இன்னிக்கு வேணா நிறைய பழம் கிடைக்கலாம். காட்டுல இன்னும் விலங்குகள், பறவைகள் அதிகமாக அதிகமாக, நமக்குத் தேவையான அளவு பழம் காயெல்லாம் கிடைக்கும்னு என்ன நிச்சயம் ? அதான் இங்க வந்து தங்கி வாழுறதுக்கு முன்னால ராஜாகிட்ட உறுதிப்படுத்திக்கலாமுன்னு கேட்டேன்" என்றது டூட்டு.

அதன் பேச்சில் இருந்த உண்மையை மற்ற விலங்குகள் புரிந்துகொண்டன.

அண்டங்காக்கை, " நானு மேலே பறந்தப்ப ராஜாவின் குகை வாசலிலே பாத்திருக்கேன். ஒரே ஒரு மரம் மட்டும் இருக்கும். அதிலும் வெறும் இலைகள் மட்டும் இருக்கும். நான் பாத்த அன்னிக்கு ஒரே ஒரு காய் பழம்கூட இல்ல; அதுக்கு அப்புறம் பழங்கள் பழுத்திருக்குமா?" என்று சந்தேகத்தைக் கிளப்பியது.

டோஜி, " இப்ப அந்த மரத்துல பழங்கள் பழுத்திருக்குதான்னு பாத்துச் சொல்றேன்" என்று சொல்லிவிட்டு, குகை வாசலுக்குச் சென்றது.

ஓரிரு வினாடிகளிலேயே தலைதெறிக்க வெளியே ஓடி வந்தது. காவலுக்காக அங்கே இருந்த இரண்டு வேட்டை நாய்கள் டோஜியைத் துரத்தி வந்தன. அவற்றின் வேகமும், கோபமும், பற்களும் பார்க்கவே பயங்கரமாக இருந்தன.

நிலைமையை உணர்ந்த டோஜி, சிட்டாகப் பறந்தது. நாய்கள் விடுமா? அவையும் புயல் வேகத்தில் துரத்தின. நாய்களுக்கும் டோஜிக்கும் ஒரு சாண் தூரம்தான் இடைவெளி இருந்தது. மற்ற விலங்குகள், செய்வதறியாது அதிர்ச்சியில் உறைந்துவிட்டன.

நல்லவேளை, பட்டுப்போயிருந்த ஒரு பெரிய மொட்டைமரத்தைப் பார்த்த டோஜி, மின்னல் வேகத்தில் அதில் தொற்றிக்கொண்டு ஏறி, உச்சிக்குச் சென்றுவிட்டது. சற்று நேரம் மரத்தைச் சுற்றி வந்து குரைத்துவிட்டு, நாய்கள் மீண்டும் குகைவாசலுக்குச் சென்றுவிட்டன.

"இவன்கிட்ட எப்பவும் இதே மல்லுதான். ஆபத்தத் தேடிப் போவான்" என்று அலுத்துக்கொண்ட அம்மா குரங்கு, அதே மரத்தில் தாவி ஏறி, டோஜியைத் தழுவிக்கொண்டது. "வம்ப விலை கொடுத்து வாங்காத. இனிமே எந்தப் பிரச்சினையிலயும் போயி சிக்கக் கூடாது" என்று கண்டிக்கவும் செய்தது. டோஜி அரை மனதுடன் தலையாட்டியபடி டூட்டுவைப் பார்த்துக் குறும்பாகச் சிரித்தது.

கரடியரசனின் வாழ்வில், குறிப்பாக அந்தக் குகையில் ஏதோ ஒரு மர்மம் இருக்கவேண்டும் என எல்லா விலங்குகளுக்கும் தெளிவாகப் புரிந்துவிட்டது. அந்த மர்ம முடிச்சை அவிழ்க்க வழியின்றி விழித்தன.

ஆனால், அந்த மர்மத்தை உடைக்கும் வாய்ப்பு அந்தக் காட்டுக்குள் அதுவாகவே அடிமேல் அடிவைத்து வந்துகொண்டே இருந்தது.

3

ஒண்ணு... ரெண்டு... மூணு

செம்மலை என்று அழைக்கப்பட்ட அந்தக் காட்டுக்கு அவ்வப்போது புது விலங்குகளும் பறவைகளும் வந்து குடியேறுவது வழக்கம்தான். டூட்டு கிளி, தன் கூட்டத்துடன் வந்ததும் அப்படித்தானே. இப்போதும் அப்படி ஒரு ஒட்டகச்சிவிங்கி, தன் நண்பனான இளம் வரிக்குதிரையுடன் அடிமேல் அடிவைத்து வந்து சேர்ந்தது.

தொலைதூரத்திலிருந்து நடந்து வந்ததால் களைப்புடன் அவை காட்டுக்குள் நுழைந்தன. வந்த இடத்தில், ஏற்கனவே அங்கிருந்த விலங்குகள் நல்ல வரவேற்பு கொடுத்ததால் அவற்றுக்கு மகிழ்ச்சி தாங்க முடியவில்லை. நன்றி சொல்லி முடித்ததும், காட்டைப் பற்றியும், அங்கிருக்கும் மரங்கள், காட்டாறு இவைபற்றியும் பேசின.

தம்மிடம் மிச்சமிருந்த பழங்களை விலங்குகள் உண்ணக் கொடுத்தன. ஒட்டகச்சிவிங்கியும் வரிக்குதிரையும் சாப்பிட்டபின், காட்டின் ராஜா தினமும் எல்லா விலங்குகள் மற்றும் பறவைகளுக்கும் உணவு கொடுக்கும் நடைமுறையைப் பற்றிக் கேள்விப்பட்டன.

ஒட்டகச்சிவிங்கி, "நான் உயரமா இருக்கறதால அப்படியே கழுத்த நீட்டி, பழங்கள், இலை தழைகளைப் பறிச்சு சாப்பிடலாம். மத்தவங்களுக்கும் பறிச்சுக் குடுக்கலாமின்னு நெனச்சேன். இந்தக் காட்டுல மரங்களே இல்ல; கடைசியில மனிதர்களைப் போல வரிசையில நின்னு சாப்பிடும் நிலைமை வந்திருச்சே" என்று புலம்பியது.

இதற்கு முன், நகரத்தில் ஒரு சர்க்கஸ் நிறுவனத்தில் அந்த ஒட்டகச்சிவிங்கியும் வரிக்குதிரையும் அடைபட்டுக் கிடந்தார்களாம். ஒன்றாக வித்தை காட்டுவார்களாம். அங்கு உணவு நேரத்தில் சர்க்கஸ் நிறுவன ஊழியர்கள், இப்படித்தான் கையில் தட்டுடன் வரிசையில் நின்று, வேண்டியதை எடுத்துச் சாப்பிடுவதைப் பார்த்திருக்கிறார்களாம்.

அந்த சர்க்கஸ் வேலை பிடிக்காமல்தான் இருவரும் ஒன்றாகத் தப்பித்து எங்கெங்கோ ஓடி, ஒருவழியாக இந்தக் காட்டுக்கு வந்து சேர்ந்தார்களாம்.

"வித்தை காட்டுறதுன்னா என்ன? நீங்க என்ன வித்த காட்டுவீங்க?" என்றது அணில் பிள்ளை.

"இதோ பாருங்க!" என்று சொல்லிவிட்டு வரிக்குதிரையிடம் சைகை செய்தது ஒட்டகச்சிவிங்கி. நான்கு கால்களையும் அகலமாக வைத்து நின்றுவிட்டு, "ஒண்ணு....ரெண்டு...... மூணு!!!" என்றதுதான் தாமதம். பக்கத்தில் நின்றிருந்த வரிக்குதிரை, மின்னல் வேகத்தில் தாவி, ஒட்டகச்சிவிங்கியின் முதுகு மேல் ஏறி நின்றே விட்டது. இப்படி ஒரு வித்தையை இதுவரை பார்த்திராத மற்ற விலங்குகளும், பறவைகளும், கைதட்டிப் பாராட்டின.

"ஒரு விதத்துல எங்க விடுதலைக்குக் காரணமே இந்த வித்தைதான். அப்படி நின்னு, வெளியுலகத்தைப் பாத்துப் பாத்துதான் வெளியே வரணுமின்னு தோணுச்சு. இப்படி ஒரு மணிநேரம் வரை நிக்கமுடியும்" என்றது.

"கொஞ்சம் அப்படியே நிக்கிறீங்களா, நானும் அங்க வர்றேன்!" என்ற குரல் கேட்டது. வேறு யார்? குட்டிக்குரங்கு டோஜிதான். குறும்புகளே உருவெடுத்து வந்த விலங்குகளின் வரிசைப் பட்டியலில் எப்போதும் முதலிடம் அதற்குத்தான்.

வரிக்குதிரை, "எனக்கு ஒண்ணும் பிரச்சினை இல்ல, வா வா!" என்றது.

லாவகமாக மரங்களில் தொற்றி ஏறுவது டோஜிக்குக் கைவந்த கலைதான். வேட்டை நாய்களிடமிருந்து முதல் நாள் தப்பித்ததும் மரமேறிதானே.

மூத்த குரங்கு ஒன்று, "வேணாம் டோஜி" என்றது.

வேண்டாமென்று சொன்னால் டோஜி முதலில் அதை செய்துவிட்டுத்தான் அடுத்த வேலையைப் பார்க்கும். அப்படியே பழகியிருந்தது. அதன்படி, ஓரிரு வினாடிகளில் ஒட்டகச்சிவிங்கி மீது தொற்றி, வரிக்குதிரை மீது இரண்டு கால்களால் நின்று, இரண்டு கைகளையும் விரித்துக்காட்டிப் புன்னகைத்தது. மீண்டும் விலங்குகள் கரவொலி எழுப்பின.

"உயரமான மரத்தில ஏறிட்டதுபோல இருக்குது. சுத்திப் பாத்தா எல்லாமே தெரியுது. கிட்ட போனா, ராஜாவின் குகையைச் சுத்தி, தோட்டம் எதுவும் இருக்குதான்னு கூடப் பாக்கலாம் போல!" என்று யதார்த்தமாகச் சொல்லிவிட்டு, பல்டியடித்துக் கீழே குதித்தது. வரிக்குதிரையும் கீழே இறங்கிவிட்டது.

டூட்டுவின் கண்கள் வியப்பால் விரிந்தன. “போகிற போக்கிலே அருமையான யோசனை சொன்ன டோஜி. இன்னிக்கு ராத்திரியில ராஜா குகையை அடுத்த பாறைகளுக்குப் பின்பக்கமா போயி, இதே மாதிரி வித்தை காட்டுறது போல நின்னுக்கிட்டு, உள்ளே என்னதான் இருக்குதுன்னு ரகசியமா பாக்கலாமா?" என்று கேட்டது.

விலங்குகள் ஒன்றை ஒன்று பார்த்துக்கொண்டன. ஆர்வமும் பயமும் அவற்றின் கண்களில் மாறி மாறி மின்னின. கடைசியில் ஆர்வம் பயத்தை வென்றது. ராஜாவின் குகைக்குள் போகாமல், வெளியேயிருந்து எட்டிப்பார்த்து என்னதான் இருக்கிறது, பழங்கள் எங்கிருந்து வருகின்றன என்றெல்லாம் கண்டுபிடிக்க ஏகமனதாக முடிவுசெய்தன.

டோஜி, ஆர்வத்தில் "ஊ ஊ ஊ ஆ ஆ ஆ" என்று குரலெழுப்பியது.

எங்கிருந்தோ பதிலுக்கு கிரிக்கெட் பூச்சிகள் "சிர்ரப் சிர்ரப்" என்று சொன்னது "வேணாம் வேணாம்" என்று எச்சரிப்பதுபோல் இருந்தது.

4

வானத்தில் அற்புதம்

வெளவால், ஆந்தை, தேவாங்கு, அந்துப்பூச்சி, சிறுத்தை, புனுகுப்பூனை, பழுப்பு எலி, முள்ளெலி, முள்ளம்பன்றி, செங்கண் தவளைகள், மலைப்பாம்புகள் போன்ற சில வகை உயிரினங்கள் மட்டுமே விழித்திருக்கும் இரவு நேரம் அது. மேலே சொன்ன உயிரினங்களும் சத்தமின்றி இரைதேடும் நேரம் என்பதால் காடே அமைதியாக இருக்கும்.

ஆனால் அந்த இரவு, சற்று வித்தியாசமாக இருந்தது. செம்மலைக் காட்டின் பெரும்பாலான உயிரினங்குகளும் பரபரப்பாக விழித்திருந்தன. ஆனாலும், முன்பே பேசி வைத்துக்கொண்டபடி, அமைதியாகவே இருந்தன.

மின்மினிப்பூச்சிக் கூட்டம் ஒன்றாகக் கிளம்பியதும், விலங்குகள் அவற்றைத் தொடர்ந்து நடந்தன. மேலே நிலவொளி, கீழே மின்மினிப்பூச்சிகள் தந்த மினுக்கொளி என்று ஓரளவுக்கு வெளிச்சம் கிடைத்தது.

கரடி ராஜாவின் குகையை அடைந்து, பின்பக்கமாக எல்லா விலங்குகளும் வரிசையாக நின்றன. உயர்ந்திருந்த பாறைகளைத் தாண்டி, உள்ளே என்ன இருந்தது என்று ஒட்டகச்சிவிங்கி தவிர மற்ற விலங்குகளால் பார்க்க முடியவில்லை.

ஒட்டகச்சிவிங்கி கால்களை அகட்டி நின்று சைகை செய்தது. அடுத்த ஒரு நிமிடத்தில், ஒட்டகச்சிவிங்கி மீது வரிக்குதிரை அதன் மீது டோஜி, அதன் மீது டூட்டு என உயரமாக அணிவகுத்தன.

"உனக்குதான் பறக்கத் தெரியுமே, அப்புறம் ஏன் எம்மேல உக்காந்துக்கிட்டிருக்க?" என டோஜி கடுகடுத்தது.

"படபடன்னு சிறகடிக்கும் சத்தம் வரும்ல, வேட்டை நாய்களின் கவனம் நம் மேல விழக் கூடாது. அதுங்க குரைச்சா காரியம் கெட்டுறும்; அதனால, எந்தப் பறவையும் பறக்க வேணாம்னுதான்" என்று மெல்லிய குரலில் பதில் சொன்னது டூட்டு.

"அங்க என்ன இருக்குது?" என மற்ற விலங்குகள் ஆர்வக்கோளாறில் சைகை செய்து கேட்டன.

டோஜிதான் பாறை அளவுக்கு மேலே நின்றிருந்தது. அதாலும் குகைக்கு உள்ளே பார்க்க முடியவில்லை; குகையைச் சுற்றி, என்ன இருந்தது என்று பார்வையை ஓட்டியது.

குகை வாசலில் வேட்டை நாய்கள் கொஞ்சமும் தூங்காமல் காவல் காத்துக்கொண்டு நின்றிருந்தன. நிலவொளியில், குகைக்குப் பக்கவாட்டில், பெரிய தோட்டம் ஒன்று தெரிந்தது. அந்தத் தோட்டத்தின் நடுவில், அடர்த்தியான பெரிய மரம் ஒன்று தெரிந்தது. அந்த ஒற்றை மரத்தைத்தவிரத் தோட்டமே காலியாக இருந்தது.

டோஜி, "ஒரே ஒரு மரம்தான் இருக்கு, வேற ஒண்ணுமே இல்ல!" என்றது மெல்லிய குரலில்.

"அதுல பழங்கள் ஏதும் இருக்கா?", இது குள்ளநரியின் சந்தேகம்.

இல்ல என்று தலையசைத்து மறுத்த டூட்டு, அப்புறம் எதற்கு அந்த மரத்துக்கும் குகைக்கும் அவ்வளவு காவல் என எண்ணியது.

அப்போது நள்ளிரவு ஆகியிருந்தது. நிலவொளி அடர்த்தியாகப் பொழிந்தது. குகைக்கு வெளியே இருந்த ஒற்றை மரத்தின் இலைகள், பலமான காற்று வீசாதபோதும்கூட சடசடத்தன.

திடீரென, அந்த மரம் ஒளிபெற்றது. சற்றே திடுக்கிட்ட டோஜி, உற்று கவனித்தது. இலைகள் அனைத்தும் வெள்ளை நிறத்தில் ஒளிர்ந்தன. மரத்தின் நடுவில் ஒரே ஒரு இலை மட்டும் தங்க நிறத்தில் ஒளிவீசியது. தொடர்ந்து ஆடிய இலைகள், ஒவ்வொன்றாக உதிர்ந்தன. அடுத்து நடந்த காட்சியைக் கண்டு டூட்டு வியப்பில் சிலை போல நின்றுவிட்டது.

மரத்திலிருந்து உதிர்ந்த வெண்ணிற இலைகள், கீழே செல்லத் துவங்கி, மண்ணைச் சென்று சேரும்முன், சிறு சிறு வெள்ளிப் பறவைகளாக உருமாறிவிட்டன. கீச் கீச்சென்ற சத்தம் எல்லா இடத்திலும் எதிரொலித்தது. தங்க நிற இலை, தங்கப்பறவையாக மாறி தகதகத்தது. பறவைக் கூட்டமே ஒயிலாகப் பறந்து சென்றது. சீரான இடைவெளியில் அவை பறந்து சென்ற அழகே அழகு.

டூட்டு, சுற்றுப்புறத்தை மறந்து, "அங்க பாருங்க, மேல பாருங்க...அற்புதம் அற்புதம்" என்று கிறீச்சிட்டது. விருட்டென்று பறந்து சென்று மற்ற விலங்குகளுக்குச் சுட்டிக்காட்டியது. வானத்தை அண்ணாந்து பார்த்த விலங்குளாலும் வெள்ளிப் பறவைகள் பறந்து சென்றதைப் பார்க்க முடிந்தது.

நல்லவேளை, காவல் நாய்களும் பறவைகளைப் பார்த்துக்கொண்டிருந்தனவோ என்னவோ, டூட்டூவின் சத்தம் கேட்டுக் குரைக்கவில்லை.

இப்போது அந்த மரமே, ஒரு இலை கூட இல்லாமல் மொட்டையாகிவிட்டது என மற்ற விலங்குகளிடம் டோஜி கிசுகிசுத்தது.. விலங்குகளால் வியப்பைக் கட்டுப்படுத்தவே முடியவில்லை. அடுத்து நடந்த காட்சிகளால் அவற்றின் வியப்பு இன்னும் அதிகரித்தது!

5

பல கேள்விகள்

குகையின் தோட்டத்தில் இருந்த மரத்தின் இலைகள், நள்ளிரவினில் பறவைகளாக மாறிப் பறந்து சென்றதைக் கண்ட விலங்குகளும் பறவைகளும் பூச்சிகளும் வியப்பில் உறைந்து நின்றன.

கரடி ராஜாவிடம் ஏதோ மர்மம் இருக்கிறது என்று சந்தேகப்பட்டது சரிதான். 'யார் இந்தப் பறவைகள்? இங்கு என்ன செய்கின்றன? கரடியுடன் அவற்றுக்கு என்ன தொடர்பு? இதை ஏன் நம்மிடம் மறைக்கவேண்டும்?' இப்படிப் பல்வேறு கேள்விகள் அவற்றின் மனதில் தோன்றின. பதில்தான் தெரியவில்லை.

"சரி, பறவைகள்தான் போயிடுச்சே. இனி நாம கிளம்பலாமா?" என்று மெல்லிய குரலில் கேட்டது டோஜி.

டூட்டு, "பொழுது விடியும்வரை இருப்போம். இன்னும் என்னென்ன நடக்குமோ, மொத்தமா பாத்திட்டுப் போயிருவோம்'' என பதில் சொல்லியது.

அடுத்து சில மணிநேரங்களுக்கு அங்கே சுவையான காட்சிகள் எதுவும் காணக் கிடைக்கவில்லை. விலங்குகள் அனைத்தும் கிடைத்த இடத்தில் படுத்தேவிட்டன.

ஒட்டகச்சிவிங்கியும், வரிக்குதிரையும், டோஜியும் டூட்டுவும்கூட குட்டித்தூக்கம் போட்டன. வரிசை முறையில் ஓரிருவர் மட்டும் கண்விழித்துக் கண்காணிக்க வேண்டும். ஏதாவது தெரிந்தால் மற்றவரை எழுப்பவேண்டும் என்று பேசிவைத்துக்கொண்டன.

சூரிய உதயம் ஆவதற்கு சற்று நேரம் முன், வானத்தில் மீண்டும் சிறகடிக்கும் சத்தம் கேட்டது. அப்போது டூட்டுதான் கண்காணித்துக்கொண்டு இருந்தது. அது சொல்லி, எல்லா விலங்குகளும் மின்னல் வேகத்தில் ஒன்றையொன்று எழுப்பி விட்டுக்கொண்டு வானத்தை அண்ணாந்து பார்த்தன.

மீண்டும் அதே பறவைகள்தான் அணிவகுத்து வந்தன. ஒவ்வொரு பறவையின் வாயிலும் கொத்துக்கொத்தாகப் பலவிதப் பழங்கள், காய்கள், கீரை எனக் கொண்டுவந்தன.

மீண்டும் ஒட்டகச்சிவிங்கியின் முதுகின் மேல் வரிக்குதிரை, அதன் மீது டோஜி, அதன்மேல் டூட்டு என வழக்கம்போல நின்று கவனித்தன.

பறவைகள், பழக்கொத்துகளைக் கொண்டுபோய், குகை வாசலில் வரிசையாக வைக்கப்பட்டிருந்த காலிக் கூடைகளில்

போட்டன. அதையும் ஒரு ஒழுங்கு முறையுடன், அந்தந்தப் பழங்களை அதற்குரிய கூடைகளில் போட்டுவிட்டு, குகை முன்பாக இருந்த ஒற்றை மரத்திடம் விரைந்தன.

அதன்பின் எல்லாப் பறவைகளும், மரத்தில் தொற்றிக் கொண்டன. மீண்டும் சடசடக்கும் சத்தம் கேட்டது. அவ்வளவுதான்! வெள்ளி இலைகளாகவும் ஒரே ஒரு தங்க

இலையாகவும் மாறி ஒளிர்ந்தன. ஓரிரு வினாடிகளில் ஒளிர்வது நின்று, சாதாரண இலைகளாக மாறிவிட்டன. இப்போது மரம், பழையபடி இலைகளுடன் காணப்பட்டது. எதுவுமே நடக்காததுபோல!

தாங்கள் பார்த்ததை, டூட்டுவும் டோஜியும் மற்ற விலங்குகளுக்குச் சொல்லிவிட்டன. மிதமிஞ்சிய பிரமிப்பில் விலங்குகளுக்கும் பறவைகளுக்கும் அதுவரை இருந்த எச்சரிக்கை உணர்வு குறைந்துவிட்டது. விலங்குகளால் அதற்குமேலும் பேசாமல் இருக்க முடியவில்லை.

“அப்படியா? அப்படியா?” என்ற கேள்விகளும் “ஆமா ஆமா” என்ற பதில் குரல்களும் பலமாகவே கேட்டன. இந்த சத்தத்தால் கவரப்பட்ட காவல் நாய்கள் பாறைகளை நோக்கித் தலையை உயர்த்திக் குரைக்க ஆரம்பித்தன.

நாய்கள் குரைத்த திசையில் பார்த்தது கரடி. விலங்குகள் ஒன்றன் மீது ஒன்றாக ஏறி நின்று, குகையைச் சுற்றி நோட்டம் விடுவதையும், அவற்றின் பின்னால் சாரி சாரியாகப் பல்வேறு விலங்குகள் நிற்பதையும் கவனித்துவிட்டது.

ஓரிருநிமிடங்கள் தலைகுனிந்துநின்றபின்,சமாளித்துக்கொண்டு விலங்குகளை நோக்கிப் பேச ஆரம்பித்தது.

“பாத்துட்டீங்கல்ல? கடந்த ரெண்டு மாசமாதான் இந்தக் காட்டுக்கு விலங்குகள் பறவைகளெல்லாம் வந்தீங்க. அதுக்கு முன்னாடி, பழங்கள் இல்லாததால எந்த விலங்கும் இல்ல; இங்க நான் மட்டுந்தான் இருந்தேன். அதுவும் வாரக்கணக்குல, கடுங்குளிர்ல என் குகையில தூங்கிட்டே இருந்தேன்.”

“....................”

“அப்ப ஒருநாள் நடந்த விஷயம்தான் இந்தக் காட்டின் எதிர்காலத்தையே மாத்தி அமைச்சது. அது என்னான்னு முழுக்கத் தெரிஞ்சிக்கங்க” என்று ஆரம்பித்தது. அதன் நினைவலைகள் பின்னோக்கிச் சுழல ஆரம்பித்தன. விலங்குகளும் ஆர்வத்துடன் கேட்கத் துவங்கின.

6

ஒரு திருப்பம்

“அப்ப நான் சாதாரணக் கரடிதான். ராஜாவெல்லாம் இல்ல. இந்த குகை மட்டுந்தான் இருந்துச்சு. இப்ப நீங்க பாக்குற பாறைகளோ, இந்த மரமோ, காவல் நாய்களோ எதுவுமே கிடையாது. நான் மட்டும் தனியா உக்காந்துகிட்டு, எப்ப இந்தக் காட்டுக்கு மத்த மிருகங்கள் பறவைகள் பூச்சிகள்லாம் வரும்னு எதிர்பார்த்து ஏங்கிக்கிட்டே இருப்பேன்” என்று முன்கதையைத் துவங்கியது கரடி.

எல்லா விலங்குகளும் கூடைகளில் இருந்த காய் பழங்களை எடுத்து, கையில் பிடித்தபடி உண்ணவும் தோன்றாமல் கரடியையே பார்த்தபடி நின்றன. கரடி, தொடர்ந்து பேசலானது.

“இப்படி வெறுமையாப் போய்க்கிட்டிருந்த என் வாழ்வுலயும் ஒரு திருப்பம் வந்தது. ஒரு நாள் அதிகாலை நேரத்துல குகை வாசல்ல உக்காந்திருந்தேன். பாத்தா, தொண்ணுத்தொம்பது வெள்ளிப்பறவைகளும் ஒரு தங்கப்பறவையும், ஆக மொத்தம் நூறு பறவைகள் வந்து இறங்கிச்சு.”

விலங்குகளின் முகத்தில் வியப்பைக் கண்டுவிட்டு, “ஆமா! நீங்க பாத்தீங்களே, அதே பறவைகள்தான். எந்தச் சத்தமும்

போடாம அமைதியா உக்காந்துக்கிட்டு இருந்ததுங்க. நான் அதுங்ககிட்ட, ரொம்ப தூரத்திலிருந்து வர்றீங்களா? அதோ, குகைக்கு முன்னாடி அங்க ஒரு சின்னக் குளம் இருக்கு பாருங்க, தண்ணி குடிங்கன்னு சொன்னேன்" என்றது.

முள்ளம்பன்றி, "நம்ம குளத்துத் தண்ணி சும்மா கல்கண்டு போல இருக்குமே, குடிச்சிதுங்களா?" என விசாரித்தது.

கரடி, "அதான் இல்ல! ஏதோ உண்ணாவிரதமாம். தண்ணி கூடக் குடிக்கமாட்டோம்னு சொன்னதுங்க. அப்புறம் ஏதோ ஒரு மந்திரத்தைச் சொல்லி, நம்ம குளத்தைப் பாக்க சொல்லிச்சுங்க. அங்க பாத்தா, தண்ணியின் மேல்பரப்புல வண்ண ஓவியம் போல ஒரு உருவம் தெரிஞ்சிது."

"......................."

"இவரை இந்தக் காட்டுல எங்கியாவது பாத்தீங்களான்னு கேட்டுதுங்க. அவரும் பாக்க குட்டியா தலையில கிரீடமெல்லாம் வெச்சிக்கிட்டு அழகா இருந்தாரு. நான் பாக்கலேன்னு சொன்னதும் அதுங்களுக்கு ஒரே வருத்தமாயிடுச்சு பாவம்!"

"யார் அந்தக் கிரீடம் வெச்சவரு?" என்று கேட்டது கழுதைப்புலி.

கரடி, “நானும் அந்தப் பறவைகள் கிட்ட இதையேதான் கேட்டேன். அதுக்கு அந்தத் தங்கப்பறவை ஒரு பெரிய கதையையே சொல்லிச்சு” என்றது.

டோஜி, “ஹை, கதையா? ராஜா ராஜா, சொல்லுங்களேன்” என்று பரவசத்துடன் கேட்டது.

கரடி, "சொல்றேன், நீங்க மொதல்ல அவங்கவங்களுக்கு வேண்டிய காய் பழத்தை எடுத்துட்டு வந்து எம்முன்னாடி உக்காருங்க. எல்லாரும் சாப்பிட ஆரம்பிங்க, அப்படியே நான் சொல்லுறதையும் கேளுங்க" என்றது.

ஓடிச்சென்ற விலங்குகள், அவ்வளவு அவசரத்திலும் வரிசையில் நின்று தமக்குப் பிடித்த உணவை எடுத்துவந்து அமர்ந்தபடி, "ஆரம்பிக்கலாம் ராஜா" என்றன.

கரடி, " அந்தத் தங்கநிறப் பறவை, எங்கிட்ட சொன்னதை இப்ப உங்களுக்குத் சொல்றேன், கேளுங்க. எங்கிருந்து சொல்லட்டும்?" என தனக்குத் தானே கேட்டுக்கொண்டு, "ஆங்! தீவுலேர்ந்து ஆரம்பிக்கிறேன்" என்றது.

விலங்குகள் ஒரே குரலில், "என்னது, தீவா? என்ன தீவு ராஜா? சொல்லுங்க!" என்றன. கரடி பேச ஆரம்பித்ததை மனதில் காட்சிகளாக்கிப் புரிந்துகொண்டன.

கரடி, "மாயத்தீவு, அந்த ராத்திரி நேரத்துல சுறுசுறுப்பா இருந்தது" என்று துவங்கியது.

7

நோவா

மாயத்தீவு அந்த இரவு நேரத்தில் சுறுசுறுப்பாக இருந்தது. ஒரு அடி உயரமே இருந்த மாயர்கள் அந்தத் தீவில் வசித்து வந்தார்கள்.

அவர்கள், இரவு முதல் பொழுது விடியும்வரை விழித்து, சுறுசுறுப்பாக எல்லா வேலைகளையும் செய்வார்கள். பொழுது விடிந்து சேவல் கூவிவிட்டால் போதும், எங்கு என்ன வேலை செய்துகொண்டிருந்தாலும், அப்படியே படுத்துத் தூங்கிவிடுவார்கள். இரவு நிலா வந்த பிறகுதான் மீண்டும் விழிப்பே வரும்.

அவர்களின் தலைவனாக இருந்த நோலன், அந்தத் தீவில் வசித்த குடிமக்களான மாயர்கள் மீதும், மற்ற விலங்குகள், பறவைகள் உள்ளிட்ட இயற்கை மீதும் மிகுந்த அன்புடன் அந்தத் தீவைச் சிறப்பாக ஆண்டு வந்தார்.

அங்கு விவசாயம் உள்ளிட்ட தொழில்கள் நன்றாகவே நடந்தன. தீவுக்கென்றே தனிப்பட்ட சந்தை ஒன்று வாரத்தில் ஒருநாள் கூடும்.

சிறுதானியங்கள், பருப்புகள், எண்ணெய் வகைகள், மூலிகைகள் போன்ற பொருட்கள் அனைத்தும் விற்பனைக்கு வரும். அங்கு நாணயங்களோ பணத் தாள்களோ புழக்கத்தில்

இல்லை. பண்டமாற்று முறைதான். அதாவது, ஒரு பொருளை வாங்க வேண்டுமென்றால் அதற்கு ஈடாக இன்னொரு பொருளைத் தந்துவிட வேண்டும்.

ஒரு படி முந்திரியைக் கொடுத்தால், மூன்று படி தினையோ சாமையோ வரகரிசியோ கம்போ கிடைக்கும். ஒரு படி செவ்வரிசிக்கு பதில் ஆழாக்கு அளவு எண்ணெய் கிடைக்கும். ஒரு கூடை அளவு காய்கறிகளைக் கொடுத்துவிட்டு, அதே கூடை அளவிற்கு வேறு காய்கறிகளோ பழங்களோ பூக்களோ வாங்கிக்கொள்ளலாம். மாயர்களுக்கு அந்தப் பண்டமாற்று முறை நன்றாகப் பழகியிருந்தது.

வெளியுலகிற்கு, அப்படி ஒரு தீவு இருந்ததே தெரியாது. மாயர்கள், பெயருக்குத் தகுந்தது போலவே, மாய மந்திர தந்திரங்கள் தெரிந்தவர்களாக இருந்தார்கள். அந்த மந்திரங்களை, நல்ல விஷயங்களுக்காக மட்டுமே பயன்படுத்தி வந்தார்கள்.

அவர்களது மாய மந்திர சக்தி, குறிப்பிட்ட தூரம் வரைதான் பலிக்கும். அதே போலப் பகல் பொழுதில் பலிக்காது. அவர்கள் பகல் பொழுது முழுதும் தூங்க, அதுவும் ஒரு காரணம். இரவிலிருந்து, பொழுது விடியும் நேரம் வரை

மாயர்கள் வடிவிலோ அல்லது பறவைகள் வடிவிலோ இருப்பது அவர்களது வழக்கம்.

நோலன் நோலா தம்பதிக்கு ஒரே ஒரு மகன் இருந்தான்.

இளவரசன் நோவாவுக்கு அப்போது எட்டு வயது ஆகியிருந்தது. ஏட்டுக்கல்வி அப்போதுதான் ஆரம்பித்திருந்தது. வாழ்க்கைக்கல்வியை அவன் எப்போதோ துவங்கியிருந்தான்.

குதிரை மீது சவாரி செய்வான்; மரமேறுவான்; நீச்சலடிப்பான். மந்திரம் சொல்லி, கண்ணிலிருந்து மறைந்து போவான். இருட்டில் தனியாகத் தீவில் சுற்றி வருவான். அவனுடைய உயரத்திற்கேற்ற வாள், வேல் போன்ற ஆயுதங்களால் சண்டை செய்யவும் கற்றிருந்தான்.

நோலன், தன் மகனின் பாதுகாப்புக்காக ஒரு படையை உருவாக்கி வைத்திருந்தார். வெளிப்பார்வைக்குப் பறவைகள் போலத் தோன்றும் நூறு மாயர்கள்தான் அந்தப் பாதுகாப்புப் படை வீரர்கள். தேவைப்பட்டால் பல மடங்குகளாகப் பெருகும் மந்திரமும் அவற்றுக்குத் தெரியும்.

அது இல்லாமல், ஒவ்வொரு பறவைக்கும் மற்றவர்க்கு இல்லாத தனித்திறன் ஒன்றும் வழங்கப்பட்டிருந்தது. நண்பர்கள் போலக் கூடவே திரிந்து விளையாடிக்கொண்டே பாதுகாப்பதுதான் அவற்றின் வேலை.

அந்தப் பறவைகளும் இளவரசனை நன்றாகவே பாதுகாத்தன. ஆனால், நோவாவை உறக்கத்திலிருந்து எழுப்புவது மட்டும்தான் சிரமமான ஒன்றாக இருந்தது. அவை கத்தினாலும் அவனுக்குக் கேட்காது; கொத்தினாலும் வலிக்காது. மாயர்களின் வடிவமைப்பு அப்படி செய்யப்பட்டிருந்தது.

ஒரு நாள், அரண்மனையில், வழக்கத்துக்கு மாறாக இரவு நேரத்தில் நோவா உறங்கிக்கொண்டு இருந்தான். நள்ளிரவு நேரத்தில், அவனது அறையில் இருந்த தீப்பந்தம், திரைச்சீலை மீது பட்டதால் தீப்பிடித்துக்கொண்டது. பறவைகள் எவ்வளவோ முயற்சி செய்தும், அவற்றால் இளவரசனை எழுப்ப முடியவில்லை. இன்னும் சில நிமிடங்களில் அவனது அறை முழுதும் தீ பரவிவிடும் என்ற சூழலில், எல்லாப் பறவைகளும், அவனிடம் சென்று கூவிக்கூவி அவனை எழுப்ப முயற்சித்தன.

தொண்ணூற்றொம்பது பறவைகளாலும் இளவரசனை எழுப்ப முடியவில்லை. நூறாவது பறவை, அவனது தோள் மீது ஏறிக்கொண்டு ஒரே ஒரு முறை கொத்தியது. அவ்வளவுதான், இளவரசன் விழித்துவிட்டான்.

செய்தி தெரிந்து அரசர் நோலன் ஓடி வந்தார். இளவரசனின் அறையை நெருங்க முடியாத அளவு தீயும் புகையும் பெருகியிருந்தன. பாதுகாப்புப் படைப் பறவைகள் ஜன்னல் வழியாகச் சிறகடித்து வெளியே வந்துவிட்டன.

நோலன் பதறியபடி பார்த்தபோது, படாரென்று ஜன்னலை உடைத்துவிட்டு, அதன் வழியாக இளவரசன் வெளியே குதித்து பத்திரமாக அவரிடம் வந்துவிட்டான். அந்த நூறாவது பறவை மட்டும் அவனது தோளில் தொற்றிக்கொண்டு வந்தது.

ஓடிச்சென்று மகனை அணைத்துக்கொண்ட நோலன், பாதுகாப்புப் பறவைகளைப் பாராட்டி, அவற்றுக்கு ஒரு பரிசளித்தார். அந்தப் பறவைகளை வெள்ளிப் பறவைகளாக மாற்றிவிட்டார். இப்போது அவை இன்னும் அழகாக மாறிவிட்டன. மகிழ்வுடன் திரிந்தன.

உயிர் ஆபத்திலும் இளவரசனைப் பிரியாமல் கூடவே வந்த அந்த ஒற்றைப் பறவையை மட்டும் தங்கப்பறவையாக மாற்றிவிட்டார்.

மாயத்தீவில் எல்லோருக்குமே வாழ்வு நன்றாகத்தான் சென்றுகொண்டு இருந்தது. நோலனுக்கும் நோவாவுக்கும் எந்த மனவேற்றுமையும் வரவே இல்லை, அந்த மாயத்தீவுக்கு சில மனிதர்கள் வரும்வரை!!!

8

திடீர் விருந்தாளிகள்

ஒருநாள் மதியப் பொழுதில் மாயத்தீவில் கொம்பு ஊதிய சத்தம் விட்டுவிட்டுக் கேட்டது. அது ஆபத்துக்கால அறிவிப்பு என்பதால் எங்கும் பரபரப்பு ஏற்பட்டது. தூக்கத்திலிருந்த மாயர்கள் வாரிச் சுருட்டிக்கொண்டு எழுந்தனர்.

பாதுகாப்புப் படையினர் மன்னரைச் சுற்றி அரண் அமைத்தனர். பாதுகாப்புப் பறவைகள் இளவரசனைச் சூழ்ந்துகொண்டு பாதுகாத்தன.

கப்பல் ஒன்று, தீவின் கரையில் வந்து நின்றது. அவற்றிலிருந்து சில மனிதர்கள் இறங்கினார்கள். கையில் சிறு சிறு ஆயுதங்களுடன் மாயர்கள் அவர்களைச் சுற்றி வளைத்தார்கள். பகல் பொழுது என்பதால் மாய மந்திரம் எதுவும் செய்து அந்த மனிதர்களை விரட்ட முடியவில்லை.

"அளவுல சின்னதா இருக்கோம்னு நினைக்காதீங்க. இதுக்கு மேல ஒரு அடி எடுத்து வெச்சாலும், எங்க விஷ அம்புகள் உங்க மேல பாயும்!" என்று மாயர்களின் தளபதி எச்சரித்தார்.

வந்திருந்த மனிதர்களில் பரட்டைத் தலையன் ஒருவன்தான் தலைவன் போலக் காட்சியளித்தான். அவன் தன் பையிலிருந்து ஒரு வெள்ளைக்கொடியை எடுத்து லேசாக அசைத்துக் காண்பித்துப் புன்னகை பூத்தான். வெண்ணிறக் கொடி

சமாதானத்தின் அடையாளம் அல்லவா? அப்படியானால் அவர்கள் நம்மிடம் போருக்கு வரவில்லையா என மாயர் தளபதி தயங்கினார்.

பரட்டைத் தலையன், "கடல் பயணம் வந்த இடத்துல வழி மாறி இந்தத் தீவுக்கு வந்திட்டோம். மத்தபடி போருக்கு வரல" என்றான்.

அதற்குள் நோலன் அவர்களை வரவேற்கும்படி ஆணை பிறப்பித்தார். வந்தவர்கள் ஒருவரை ஒருவர் பார்த்துக் கொண்டார்கள். சைகை மொழியிலேயே அவன், தன் நண்பர் களிடம் ஏதோ சொல்லவும் அவர்கள் முகம் மலர்ந்தது.

கப்பல்களிலிருந்து சில குடுவைகள் இறக்கப்பட்டு, நோலன் முன்பாக வைக்கப்பட்டது.

"எங்கள் மனித சமூகத்திலிருந்து மாயர்களுக்கான பரிசுகளாக ரசாயன அழகுப் பொருட்கள், நூடுல்ஸ், பிரெட் ஜாம், குளிர்பானங்கள் மற்றும் பர்கர்கள்" என்று அந்த மனிதன் அறிவித்தான்.

குளிர்பானக் குப்பியைத் திறந்து கொஞ்சம் குடித்துப் பார்த்த நோலனின் முகம் பூவாய் மலர்ந்தது. பல முறை நன்றி சொன்னார். அதைக் குடித்தபோது பல் கூசியது; தொண்டையில் சிறு சிறு ஊசிகளால் குத்துவது போல இருந்தது. ஆனாலும், அந்த நவீன, நாகரிக வேதனை அவருக்குப் பிடித்திருந்தது.

'ஏவ்வ்வ்' என்று சத்தமாக ஏப்பம் விட்டுவிட்டு அதற்கும் சிரித்தார். இந்த மனிதர்கள் என்னென்னவோ கண்டு பிடிக்கிறார்களே! இவர்களது அறிவே அறிவு. இதுபோன்ற கண்டு பிடிப்புகள் இன்னும் என்னென்ன உள்ளன என்று பார்க்க வேண்டும் என நினைத்துக்கொண்டார். அந்த மனிதர்கள், மாயர்களின் விருந்தாளிகளாக இரண்டு நாட்கள் தங்கினார்கள். தீவையும், சந்தையையும் சுற்றிக்காட்ட ஏற்பாடு செய்தார்.

இரண்டு நாட்கள் கழித்து, அவர்கள் கிளம்பியபோது, நோலன், "எப்பத் திரும்ப வருவீங்க? ஒப்பந்தம் தயாரா இருக்கும்." என்றார். பரட்டைத் தலையன், அதற்கு "இங்கிருந்து எங்க நாட்டுக்குப் போகவே 20 நாட்கள் ஆகும். அங்கு 10 நாட்கள், திரும்பி வர 20 நாட்கள், மொத்தம் 50 நாட்கள்ல திரும்பி வருவேன்" என்று சொன்னான்.

"உங்க நாட்டு அரசர் வருவாரா?" என்று நோலா கேட்டதற்கு, "அவர் எதற்கு? நானே போதுமே" என்று சொல்லிவிட்டுக் கிளம்பினான்.

அந்த மனிதர்கள் வந்திருந்த கப்பல்கள் கண்ணிலிருந்து மறைந்ததும், "என்னப்பா நடக்குது இங்க? என்னவோ ஒப்பந்தம்னு சொன்னீங்களே!" என்று நோவா படபடத்தான்.

நோலனின் முகம் பளபளத்தது.

"அது வேற ஒண்ணுமில்லப்பா! அந்த மனிதர்கள் ரொம்ப நல்லவங்களா இருக்காங்க. அடுத்த முறை வரும்போது இன்னும் நிறைய விதமான துரித உணவுப்பொருள்களையும் உடல் அழகு தரும் வேதிப் பொருட்களையும் கொண்டு வர்றதாச் சொல்லியிருக்காங்க."

"ஒப்பந்தம்னு ஏதோ சொன்னீங்களே?", என்று கேட்ட நோவாவுக்கு ஏனோ அந்த மனிதர்களைப் பிடிக்கவில்லை. தப்பானவர்களைப் போலத் தெரிகிறது. இந்த அப்பாவுக்குதான் அது புரியவில்லை.

"அதுவா நோவா? நம்ம தீவில கால்வாசி அளவை அவங்களுக்கு நாம குடுக்கணுமாம். அங்க அவங்க பெரிய பெரிய கட்டிடங்களக் கட்டி, மனிதர்களைக் கொண்டுவந்து குடிவைப்பாங்களாம். பதிலுக்கு இந்த மேல்நாட்டு துரித உணவு வகைகளை அவங்க மலிவு விலைல நமக்குத் தருவாங்களாம். நம்ப மாயர்களுக்குப் புது விதமான உணவுகள் உடைகள் எல்லாமே கிடைக்கும்ல? அதுக்குதான் அந்த ஒப்பந்தம்"

நோவாவின் ரத்தம் கொதித்தது. இப்படி ஏதாவது வில்லங்கத்தை இந்த மனிதர்கள் செய்வார்கள் என்பது அவன் எதிர்பார்த்த ஒன்றுதான். அப்பா மட்டும் இன்னும் அவர்களை நம்புகிறாரே என வேதனை அடைந்தான்.

"அப்பா! நம்ம நூலகத்துல நூலகர் தாத்தா எங்களுக்கெல்லாம் படிச்சு சொல்வாரு; அதை நான் கேட்டிருக்கேன். துரித உணவுகள், சுவையா இருந்தாலும் உடலுக்கு அவ்ளோ கெடுதலாம். மனிதர்கள்தான் ஆறாவது அறிவு இருந்தும் துரித உணவுகளுக்கு அடிமையாயிட்டாங்க; மாயர்களான நமக்கு எதுக்கு அதெல்லாம்?"

"......................."

“மனிதர்கள் எல்லாரையும் நான் தப்பா சொல்லல. ஆனா, மொதல்ல வியாபாரம்னு சொல்லிக்கிட்டு வருவாங்க. வெறும் வியாபாரத்தோட போய்டுவாங்களா? அப்புறம் அவங்கள்ல யாராவது கெட்டவங்க இருந்தா? நம்ம தீவின் நிர்வாகத்துல தலையிட்டாங்கன்னா? இது மாதிரி மனிதர்களோட தொடர்பே வேணாம்ப்பா! அப்புறம் அவங்க மொத்தத் தீவையும் பிடிச்சிக்கிட்டு நம்மள விரட்டி விட்ருவாங்க!"

நோலனின் மீசை துடித்தது. "மொளச்சு மூணு இலை விடல. அதுக்குள்ள எனக்கே புத்தி சொல்றியா நீ?".

நோவா அமைதியாக அங்கிருந்து சென்றுவிட்டான். ஆனாலும் அவனது மனம் சமாதானமாகவில்லை. ஒப்பந்தம் கையெழுத்து ஆகவேண்டுமென்றால் அரசன், அரசி, இளவரசன் ஆகிய மூவரின் கையொப்பமும் தேவை. அங்கிருந்து உடனே வெளியேறினால்தான் ஒப்பந்தம் கையெழுத்தாகாமல் இந்தத் தீவைக் காப்பாற்ற முடியும் என்ற முடிவுக்கு வந்தான்.

9

மாயத்தூக்கம்

மறுநாள் இரவுப் பொழுதானது. மாயர்கள் எல்லோரும் தூக்கத்திலிருந்து விழித்து எழுந்தார்கள். வெள்ளிப் பறவைகளும் தங்கப் பறவையும் நோலன் முன்பு தலைகுனிந்து நின்றன. இளவரசன் நோவாவைக் காணவில்லை. நண்பகலில் தீவே தூங்கிக்கொண்டு இருந்தபோது, குறிப்பாகப் பறவைகள் பார்க்காதபோது அங்கிருந்து சென்றுவிட்டானாம்.

அவனது படுக்கையறையில் ஒரு துண்டுச் சீட்டு மட்டும் இருந்தது. "மனிதர்களுடனான ஒப்பந்தம் பிடிக்காததால் நம் தீவைவிட்டு வெளியேறுகிறேன். மாயத் தூக்கத்தில் இருப்பேன். என்னைத் தேட வேண்டாம்; தேடினாலும் என்னைக் கண்டிபிடிக்க முடியாதென உங்களுக்குத் தெரியும்." என எழுதியிருந்தான்.

அவ்வளவுதான், "மாயத்தூக்கமா?" என நோலன் அலறினார்.

மாயர் உலகில் வழங்கப்படும் கடுமையான தண்டனைகளில் ஒன்றுதான் மாயத்தூக்கம். ஒரு வித மூலிகையை முகர்ந்தால் தீவிரமான தூக்கத்தில் ஆழ்த்தப்படுவார்கள். மற்றவர் கண்ணுக்கும் தெரியமாட்டார்கள்.

எப்போது அந்தத் தூக்கம் தீரும், எப்போது மீண்டும் எழுந்திருப்பார்கள் என்று யாருக்குமே தெரியாது. இருபது

வயதில் ஏதாவது குற்றம் செய்த குற்றவாளிகள், மாயத்தூக்கத்தில் விழுந்து ஐம்பது அறுபது வருடங்கள் கழித்து, வயதானவர்களாகத் தூக்கத்திலிருந்து எழுவதும் உண்டு.

"நோவா, என் செல்லமே, உன்னை எப்படியாவது கண்டு பிடிப்பேன்" என்று முழங்கிய நோலன், இளவரசனின் பாதுகாப்புப் படைக்கு ஆணையிட்டார்.

தங்கப்பறவை சற்று யோசித்துவிட்டு, "இளவரசர் நம்ம தீவுல இல்ல. மாயத் தூக்கத்தில இருக்கப் போறார்னா, பக்கத்துல இருக்க செம்மலைக் காட்டுக்குதான் போகணும். ஏன்னா, அந்தக் காட்டு எல்லைக்கு அப்பால நம் மாயசக்தி வேலை செய்யாது. மாயத்தூக்கமும் தூங்க முடியாது" என்றது.

அரசர் சிறிய நம்பிக்கையுடன், "அப்படின்னா செம்மலைக் காட்டுக்குப் போயி, நோவாவைக் கண்டுபிடிச்சிக் கூட்டிட்டு வாங்க, மனிதர்களோட எந்த ஒப்பந்தமும் வேணாம், நோவா நல்லபடியாத் திரும்பி வந்தாலே போதும்" என்றார்.

*** ***

கரடி ராஜா, தொண்டையைச் செருமிக்கொண்டு, "இதுதான் அந்தத் தீவைப்பத்தி தங்கப்பறவை என்கிட்டே சொன்னது" என்று சொல்லி முடித்தது.

விலங்குகள் பிரமிப்புடன் கேட்டுவிட்டு, "அப்புறம் என்ன ஆச்சு?" என்றன.

"மாயத்தீவிலேர்ந்து இந்த நூறு பறவைகளும் இங்க வந்து, ராத்திரி முழுக்கத் தேடியும் இளவரசனைக் கண்டுபிடிக்க முடியல. மறுநாள் அதிகாலையே ஆயிடுச்சு. அதனால..." என்று நிறுத்திவிட்டு, குடுவையிலிருந்து கொஞ்சம் நீரை எடுத்துக் குடித்தது.

நீட்டுவால் ஆர்வத்தை அடக்க முடியாமல், "அப்புறம் அந்தப் பறவைகள் என்ன செஞ்சிதுங்க ராஜா?" என்றது.

கரடி, "அந்தப் பறவைகள் பறந்து வந்தப்ப நம்ம குகையைப் பாத்திட்டு, அது வாசல்ல உக்காந்திருந்த எம்முன்னாடி வந்து இறங்குச்சுங்க. இளவரசனை நான் இங்க எங்கியாவது பாத்தனான்னு கேட்டுதுங்க. நான் பாக்கலன்னு சொன்னதும் அதுங்க முகமே வாடிப் போச்சு" என்றது.

"சரி, பகல்லயும் காட்டுல நல்ல வெளிச்சத்துல போய்த் தேட வேண்டியதுதானே!", இது குட்டியானை.

"நானும் இதையேதான் சொன்னேன். அப்பதான் அந்தப் பறவைகளால இரவுல மட்டுந்தான் கண்முழிச்சி இயங்கமுடியும், பகல்ல முடியாது அப்படின்னு தெரிஞ்சிக்கிட்டேன். பகல் பொழுதுல பாதுகாப்பா தங்கி ஓய்வெடுக்க எங்கனா இடம் கிடைக்குமா அப்படின்னு என்னைக் கேட்டுதுங்க"

"நீங்க இடம் குடுத்தீங்களா" என்று அணில் கேட்டது.

"இது என்ன கேள்வி? குகை முன்னால தங்க இடம் குடுத்தாரு. சரிதானா ராஜா?" என்று கண்களை உருட்டியபடி கேட்டது கீரிப்பிள்ளை.

கரடி புன்னகையுடன், "ஆமா, கவலைப்படாதீங்கன்னு ஆறுதல் சொல்லி இடம் குடுத்தேன். அப்புறம் என்ன ஆச்சு தெரியுமா?" என்று மீண்டும் பழைய நினைவுகளில் ஆழ்ந்தது.

*** *** ***

கரடி, "கவலைப்படாதீங்க! என் குகையைச் சுத்தி நிறைய இடம் இருக்கு பாருங்க. நீங்க இங்கயே எங்கூடத் தங்கலாம். இந்தக் காட்டுல மரங்களே இல்ல; அதனால பழங்கள் காய்கள் எதுவும் எதுவும் கிடைக்காது; அது ஒண்ணு மட்டும்தான் குறை" என்றது.

தங்கப் பறவை, "அது ஒண்ணும் பிரச்சினை இல்ல, ஏன்னா, இளவரசனைத் தேடிக் கண்டுபிடிக்கும் வரை நாங்க சாப்பிடவோ தண்ணி குடிக்கவோ மாட்டோம்" என்று கூறியது.

தங்குவதற்கு இடம் கிடைத்த மகிழ்ச்சி அவற்றின் முகங்களில் தெரிந்தது. அந்த இடத்தின் பாதுகாப்பை மட்டும் அதிகமாக்கவேண்டும் என்று முடிவு செய்து, தமது மாய சக்தியைப் பயன்படுத்தின.

"ஹை லோ.. ஹை லோ..." என்றது தங்கப்பறவை.

"ஹை ஹை.. லோ லோ..." என்றன வெள்ளிப்பறவைகள்.

கரடியின் குகைக்கு எதிரே காலியாக இருந்த இடத்தில் மரம் ஒன்று முளைத்தது. ஆனால் இலைகள் எதுவுமில்லாமல்.

"லோ ஹை, லோ...லோ " என்றன வெள்ளிப்பறவைகள்.

"ஹை லோ, லோ ஹை" என்றது தங்கப்பறவை.

குகையை ஒட்டியிருந்த பெரிய தோட்டத்தைச் சுற்றி பெரிய, உயரமான கற்பாறைகள் தோன்றின. இப்போது வெளியேயிருந்து பார்த்தால் குகை, மரம் எதுவுமே தெரியவில்லை.

"தினமும் சூரியன் உதிக்கும்போது மந்திரம் சொல்லி, இலைகளா மாறி, மரத்திலேயே ஓய்வெடுப்போம். நள்ளிரவு ஆனதும், மந்திரம் சொல்லி, பறவைகளாகி, காட்டுக்குள்ள போயித் தேடுவோம். திரும்பி வந்ததும் மரத்தில ஒட்டிக்கிட்டு இலைகளாகிடுவோம்" என்று விளக்கமாகக் கூறின.

கரடி, "நீங்க எத்தனை நாள் வேணா இங்க தங்கலாம்" என்று சொல்லிவிட்டது.

தங்கப்பறவை, "எங்களுக்கு இடம் கொடுத்துத் தங்க வெச்சதுக்கு நன்றி. நாங்க தினமும் காலையில திரும்பி வரும்போது உங்களுக்கும், உங்களைச் சேர்ந்தவங்களுக்கும் காய் பழங்களைக் கொண்டுட்டு வருவோம்" என்று வாக்கு கொடுத்தது.

கரடி ராஜா பேசுவதைக் காட்டு விலங்குகள் உன்னிப்பாகக் கவனித்தன.

"நண்பர்களே, தினம் தினம் இந்தக் காட்டுல உங்களுக்கு இப்படித்தான் காய் பழங்கள் வர ஆரம்பிச்சது" என்று சொல்லி முன்கதையைக் கரடி நிறைவு செய்தது.

10

மலைக் கழுகு

கரடி ராஜா சொன்ன முன்கதையை ஒட்டகச்சிவிங்கி உள்ளிட்ட விலங்குகள் ஆவென்று பார்த்தபடி கேட்டுக்கொண்டு இருந்தன.

"பாவம் அந்தப் பறவைகள், இளவரசனை இன்னும் தேடிக்கிட்டு இருக்குங்க. இந்த நிலைமையில, இலைகளா இருக்கும்போது அதுங்களுக்கு எந்தப் பிரச்சினையும் வந்துடக் கூடாது, தெரியாம எந்த விலங்கும் அந்த இலைகளை சாப்பிடக் கூடாதுன்னுதான் குகைக்குள்ளே நான் யாரையும் வர விடல! இப்பப் புரியுதா?" என்று கேட்டது.

விலங்குகள் ஆமோதித்துத் தலையாட்டின.

"சொன்ன வார்த்தை மாறாம, தினமும் நமக்கெல்லாம் பழம் கொண்டு வருதுங்க. சாப்பிடக் கிடைக்குதுன்னு தெரிஞ்சதும், கொஞ்சம் கொஞ்சமா விலங்குகள், பறவைகள், பூச்சிகளான நீங்க எல்லாரும் நம்ம காட்டுக்கு வர ஆரம்பிச்சீங்க! இதுக்கெல்லாம் அந்தப் பறவைகள்தான் காரணம்"

"..............."

"அதனாலதான் சொல்லுறேன். நம்மை நம்பி இருக்குற பறவைகள் நம்ம நண்பர்கள். அவங்களுக்கு எந்தத் தொந்தரவும் நாம கொடுக்கக்கூடாது. முக்கியமா, அந்த இலைகளை மரத்திலிருந்து பறிக்கவே கூடாது. யாராவது மீறினா, இந்தக் காட்டைவிட்டு வெளியேத்தி, தண்டனை குடுப்பேன்; சரியா மக்களே?"

எல்லா விலங்குகளும் சரி சரியென்று தலையாட்டின. டோஜியும் அரைகுறையாகத் தலையாட்டியது.

**** **** ****

அன்று பகல் முழுதும் செம்மலைக் காட்டில் விலங்குகளுக்கிடையில் ஒரே பேச்சாக இருந்தது. மாயத்தீவில் மனிதர்கள் ஒப்பந்தம் போட முயற்சி செய்தது, அதை முறியடிக்க இளவரசன் நோவா மாயத்தூக்கத்தில் ஆழ்ந்திருப்பது, அவனைத் தேடி வெள்ளிப்பறவைகள் இரவில் அலைந்து திரிவது இவற்றைப் பற்றிப் பேசிப் பேசியே மாலைப் பொழுது வந்துவிட்டது.

முதல் நாள் இரவு, குகைக்குப் போய் வெள்ளிப் பறவைகளைப் பார்க்க முடியாத விலங்குகளும் பறவைகளும், இன்று மேலதிக ஆர்வத்துடன் முன்னிரவு நேரத்திலேயே கிளம்பி குகை வாசலுக்குப் போய்விட்டன. ஒரே ஒரு வேறுபாடுதான். முதல்நாள் ஒளிந்து மறைந்து பார்த்தன. ஆனால், இன்று வெளிப்படையாகவே இலைகளைப் பார்க்கலாம்; அவை வெள்ளிப்பறவைகளாக மாறுவதையும் பார்த்து ரசிக்கலாம் என்று அங்குக் குழுமியிருந்தன.

எல்லா விலங்குகளுக்கும் உண்மை தெரிந்துவிட்டதையடுத்து வேட்டை நாய்களையும்கூடக் காணவில்லை. எல்லோருக்கும் முன்பாகவே குட்டிக்குரங்கு டோஜி, கரடியின் குகைக்குச் சென்றுவிட்டது. குகை வாசலில் இருந்த மரத்தையே குறுகுறுவென்று பார்த்தபடி சுற்றிச்சுற்றி வந்துகொண்டிருந்தது.

குகைக்குள் முதன்முறையாக அனுமதி பெற்று நுழைந்த விலங்குகள், வட்டமாக மரத்தைச்சுற்றி நின்றன. எல்லோரும் ஆவலுடன் எதிர்பார்த்த நள்ளிரவு நேரமும் வந்தேவிட்டது.

நிலவொளி பட்டதும், மரமே ஒரு நொடி பளபளத்தது. பிறகு அந்த ஒளியை உறிஞ்சியது போல, இலைகள் ஒளிரத்துவங்கி, அதன்பின்னர் காற்றில் சடசடத்தன. இலைகள் பறவைகளாக மாறின.

நேரம் கடந்ததே தவிர, அந்தப் பறவைகளால் முதல் நாள் போல, ஒன்றாக வானத்தில் எழும்பிப் பறக்க முடியவில்லை. மரத்திலிருந்து அவற்றால் விடுபட முடியவில்லை. வீச் வீச்சென்ற சத்தம் மட்டுமே எதிரொலித்தது.

கரடி ராஜாவின் முகம் சிவந்தது. "ஏன் பறவைகளால பறக்க முடியல? யாரு என்ன செஞ்சீங்க சொல்லுங்க!" என்றது கண்டிப்பான குரலில். நிமிர்ந்து பார்த்தபோதுதான், மரத்தின் நடுவில் இருந்த தங்கப் பறவைக்கான தங்க நிற இலையைக் காணவில்லை என்று உணர்ந்தது.

கரடி நறநறவெனப் பற்களைக் கடித்தது. "நேத்து நான் அவ்ளோ சொல்லியும், யாரோ தங்க நிற இலையப் பறிச்சிருக்கீங்க. யார் செஞ்ச வேலை இது?" என்று உறுமியது.

விலங்குகள் பறவைகள் என வன உயிரினங்கள் எதுவுமே வாய் திறக்கவில்லை; ஒன்றையொன்று பார்த்து விழித்ததோடு சரி.

கோபமே வராத கரடி அரசனுக்கே கண்கள் சிவந்து, "அப்படின்னா நீங்களா எதுவும் சொல்ல மாட்டீங்க, அதானே? பரவாயில்ல, நானே கண்டுபிடிக்கிறேன். ஆனா நானா கண்டுபிடிச்சா தண்டனை மிக அதிகமா இருக்கும். உங்களுக்கு இன்னும் ஒரு நிமிஷம் கடைசியா வாய்ப்பு தர்றேன். தங்க இலையைப் பறிச்சவங்க மரியாதையா உண்மையை ஒத்துக்குங்க" என்று உறுமியது.

ஒரு நிமிடம் ஏதோ மௌன அஞ்சலி செலுத்துவது போலக் கழிந்தது. யாரும் வாய் திறக்கவில்லை.

"உங்களுக்கு நான் குடுத்த நேரம் முடிஞ்சது" என்று அழுத்தமான குரலில் அறிவித்த கரடி, "எரியம்பை வானத்துல விடுங்க,சீமா இங்க உடனே வந்தாகணும்" என்று ஆணையிட்டது.

விஷயம் தெரிந்த சில விலங்குகள் மட்டும் பயத்தில் நடுங்கின. புதிதாக வந்த விலங்குகள், பறவைகள் ஆகியவை ஒன்றும் புரியாமல் விழித்தன.

அரசனின் ஆணைப்படி, எரியும் பந்தத்துடன் இருந்த அம்பு ஒன்று வில்லில் பூட்டப்பட்டு வானத்தில் ஏவப்பட்டது. மிகுந்த உயரத்திற்குச் சென்ற அந்த அம்பு, மலை மேல் அமர்ந்திருந்த மலைக் கழுகின் கண்களிலிருந்து தப்பவில்லை.

அடுத்த நிமிடம் படபடவென்ற சிறகடிக்கும் சத்தத்துடன் அந்த பிரம்மாண்டமான மலைக்கழுகு சீமா அவர்கள் முன்னால் வந்து இறங்கியது.

பார்த்துக்கொண்டிருந்த விலங்குகளும் பறவைகளும் வியப்பில் வாய்பிளந்தன. எவ்வளவு பெரிய கழுகு? எவ்வளவு கூர்மையான கண்கள்? மாபெரும் அகன்ற சிறகுகள். ஆட்டுக்குட்டியைக்கூடத் தன் கால்களால் தூக்கிச் செல்ல முடியும் என்னும் அளவு வலிமையான கால்கள். எவ்வளவு அதிக எடையாக இருந்தாலும் அனாயாசமாகச் சுமந்து செல்லக்கூடிய உடலமைப்பு இவற்றுடன் முறைத்தபடி மிரட்டும் கண்கள் என சீமாவின் தோற்றமே கிலியைத் தந்தது.

"சீமா ! ஒரு குற்றம் நடந்துடுச்சு. குற்றவாளியை உன்னோட கூர்மையான பார்வை மற்றும் மோப்ப சக்தியால நீதான் கண்டுபிடிச்சி, பாதாளக் கிணத்துல கொண்டுபோய் வீசணும். அதுக்குதான் உன்னை வரவெச்சேன்" என்று ஆணையிட்டது.

கரடி ராஜாவின் கோபத்தின் அளவு அப்போதுதான் எல்லா விலங்குகளுக்கும் தெரிந்தது. குற்றவாளிக்கு மரண தண்டனையா என மற்ற எல்லா உயிரினங்களும் அதிர்ச்சியடைந்தன.

11

பாதாளக் கிணறு

அந்தக் காட்டின் எல்லையில்தான், பாழடைந்த அந்த மாபெரும் பாதாளக்கிணறு இருந்தது. சுற்றுச்சுவர் ஏதுமின்றி, தரையோடு தரையாக அமைந்திருந்தது. சரியாகக் கவனிக்காமல் நடந்தால் அப்படியே உள்ளே விழவேண்டியதுதான்.

மிக அதிக ஆழத்தில் இருட்டாக இருக்கும். பெரும்பாலான படிக்கட்டுகள் உடைந்து போயிருக்கும். அப்படியே ஒன்றிரண்டு உடையாமல் இருந்தாலும் பலனில்லை, ஏனென்றால், விஷப் பாம்புகள் கொத்துக் கொத்தாக கிணற்றைச் சுற்றிப் படமெடுத்து ஆடிக்கொண்டிருக்கும்.

பொதுவாக ஆற்றில்தானே முதலைகள் இருக்கும்? ஆனால் இந்தக் கிணற்று நீரின் அடியிலும் முதலைகள் இருப்பதாகச் சொல்வார்கள். அதனுள்ளே போனவர்கள் யாரும் இதுவரை உயிருடன் திரும்பியதில்லை.

அப்படிப்பட்ட பாதாளக் கிணற்றுக்குள் யாரை வீசப்போகிறார்கள் என விலங்குகள் குழம்பித் தவித்தன.

கரடியரசன் சுட்டிக்காட்டிய திசையில் பரந்த சீமா, மரத்தின் நடுவில், தங்க இலை இருந்த இடத்தை முகர்ந்து பார்த்துவிட்டு விர்ரென்று அங்கிருந்த பெரிய பாறை மீது

அமர்ந்தது. அவ்வளவு உயரத்தில் இருந்தும் கூட வேறு எந்த கழுகுக்கும் இல்லாத மோப்ப சக்தி அதற்கு இருந்ததால், அதை வைத்து அந்தக் கூட்டத்தில் தேடியது.

அதிக சிரமமின்றி அந்தத் தங்க இலையின் வாசனை அடித்த இடத்தைப் பார்த்த சீமாவுக்கே கொஞ்சம் வியப்புதான். இவ்வளவு சிறிய விலங்கா குற்றவாளி? எதற்கும் இன்னும் ஒருமுறை உறுதிப் படுத்திவிடலாம் என்ற எண்ணத்தில், "குற்றவாளியின் காலடியிலதான் தங்க இலை இருக்குது. அது என் கண்ணுக்கு நல்லாத் தெரியுது" என்று சத்தமிட்டது.

ஒரு வினாடி நேரம்தான். மற்ற விலங்குகள் எல்லாம் சும்மா இருந்தபோது, சீமா சந்தேகப்பட்ட அந்த விலங்கு மட்டும் குனிந்து தன் கால்களைப் பார்த்ததை சீமா கவனித்துவிட்டது. இனி சந்தேகமே இல்லை என்று உணர்ந்து, அந்த விலங்கைப் பற்றித் தூக்கிக்கொண்டு ஜிவ்வென்று வானில் ஏறிச் சிறகடித்துப் பறந்து சென்றுவிட்டது.

குட்டிக்குரங்கு டோஜியின் அம்மா மயங்கி பொத்தென்று கீழே விழுந்தபோதுதான், தூக்கிச்செல்லப்பட்ட விலங்கு டோஜிதான் என்று எல்லா விலங்குகளும் அறிந்து வருந்தின; சில கண்ணீர் சிந்தவும் செய்தன.

இவ்வளவு சிறிய குரங்குக்குட்டிக்கு அவ்வளவு பெரிய தண்டனையைக் கொடுத்துவிட்டோமே என்று கரடி அரசனுக்கே வருத்தமாகிவிட்டது. குட்டிகுரங்குதானே! மன்னித்திருக்கலாமோ? ஆனால் அதற்கெல்லாம் இந்தப் பொல்லாத கழுகு எங்கே அவகாசம் கொடுத்தது?

சீமாவுக்கு ஒரு ஆணை கிடைத்துவிட்டால் அதை நிறைவேற்றும் வரையில் யார் பேச்சையும் கேட்காது. இவ்வளவு வேகமும் ரோஷமும் அந்தக் கழுகுக்குத் தேவையா என்றெல்லாம் யோசித்த கரடி, நிலைமை தன் கையை மீறிவிட்டது என்று புரிந்துகொண்டது.

அதே நேரத்தில், மரத்தில் தொங்கியபடி கத்திக்கொண்டிருந்த வெள்ளிப்பறவை ஒன்றின் சத்தம் கேட்டது. வேகமாக ஓடிச்சென்ற கரடியிடம் அந்தப் பறவை, "தங்கப் பறவை... துருப்புச் சீட்டு" என்று கூவியது.

புரியாமல் பார்த்த கரடியிடம், "தங்கப் பறவைதான் எங்க கூட்டத்துக்கே துருப்புச் சீட்டு. நாங்க பறவைகளா மாற அந்தத் தங்கப் பறவை தேவை" என்றது.

"..............."

"அது மட்டுமில்ல. மாயத்தூக்கத்திலேர்ந்து இளவரசன் எழுந்திருக்கணும்னா தங்க இலை அல்லது தங்கப்பறவை அவர் மீது படணும்" என்று கிறீச்சிட்டது.

"..................."

"முன்னொருநாள் மாயத்தீவின் தீ விபத்து அன்னிக்கு, அந்த இளவரசன் தூக்கத்துலேர்ந்து எழுந்ததுக்குக் காரணமே அந்தப் பறவை அவரைத் தீண்டியதுதான்" என்று அந்த வெள்ளிப்பறவை கூறியது.

அதைக் கேட்ட கரடி திக்கெனத் தூக்கிவாரிப்போட்டு நிமிர்ந்து, "டோஜி பறிச்ச அ.. அந்தத் தங்க நிற இலை எங்க?" என்று கூச்சலிட்டது.

எல்லோருக்கும் அதிர்ச்சி. யாருக்குமே தெரியவில்லை. தங்கப்பறவை இருந்தால்தானே வெள்ளிப்பறவைகள் முதல் இளவரசன் வரை எல்லோரும் பழையபடி ஆகமுடியும்? இந்த நிலையில் அந்தத் தங்க இலை காணாமல் போய்விட்டதே!

அடடா, டோஜியிடம் இதுபற்றிக் கேட்டு, அந்த இலையைப் பறிமுதல் செய்யாமல் பாதாளக் கிணற்றுக்கு அனுப்பிவிட்டோமே! இனி டோஜியும் திரும்பி வராது, தங்க இலையை எங்கே வைத்தது என்றும் தெரியாதே என்றெல்லாம் எண்ணிக் கலங்கியது கரடி.

எல்லோரும் இங்கே அங்கே ஓடியாடித் தேடியும் இலை கிடைக்கவில்லை. சீமாவைப் துரத்திப் பிடித்து, டோஜியிடம் கேட்டுவிடலாம் என்று பார்த்தால் சீமா கிளம்பிச் சில நிமிடங்கள் ஆகியிருந்தன. இனி சீமாவின் அதிவேகத்தைத் தாண்டிப் பறந்து சென்று இலை பற்றிக் கேட்க யாராலும் முடியாது. அப்புறம் என்னதான் செய்வது என்று புரியாமல் சற்று நேரம் அமைதி நிலவியது.

அதே நேரம், காற்றைக் கிழித்தபடி சீமா பாதாளக் கிணற்றை நோக்கிப் பறந்து சென்று கொண்டிருந்தது. அதன் முதுகின் மீது டோஜி அமர்ந்திருந்தது. வயதில் மிகச்சிறிய அந்தக் குரங்குக்குட்டிக்கு இவ்வளவு பெரிய தண்டனையா என்று சீமா மனதினுள் வருந்தியது. ஆனாலும் தன் உணர்வுகளை வெளிப்படையாகக் காட்டிக்கொள்ளவில்லை.

இதுவரை அந்தக் காட்டில் இத்தகைய கொடிய தண்டனைக்கு யாருமே உள்ளாகவில்லை. டோஜிதான் முதல் நபர்.

பல நிமிடங்கள் பயணம் செய்து காட்டின் எல்லையை அடைந்தன. மேலிருந்து பார்த்தபோது அந்தப் பாதாளக் கிணறு, இன்னும் பயங்கரமாகத் தெரிந்தது.

கிணற்றின் மேலே பறந்து சென்ற சீமா, "எனக்கு வேற வழி தெரியல" என்று சொல்லியபடி தன் உடலை ஒருமுறை உதறியது. டோஜியும், அதனுடன் இன்னொரு பொருளும் சேர்ந்து வெளியே விழுந்ததைப் பார்த்த சீமா திகைத்துப் போனது.

ஏனென்றால், டோஜியுடன் சேர்ந்து பாதாளக்கிணற்றில் விழுந்தது அந்தத் தங்க இலைதான். "இதை ஏன் கொண்டுவந்த டோஜி?" என்று கேட்க நினைத்தது. ஆனால் அதற்குள் எல்லாமே கைமீறி விட்டது.

தங்க இலை, காற்றில் மிதந்தபடி புவியீர்ப்பு விசையால் கிணற்றுக்குள் மெதுவாக இறங்கிக்கொண்டு இருந்தது. டோஜியோ தலைகீழாகவும் வேகமாகவும், "அம்மா....ஆஆ" என்று அலறிக்கொண்டே பாதாளக் கிணற்றுக்குள் விழுந்து உள்ளே போய்க்கொண்டு இருந்தது. கிணற்றுக்குள் ஒரே இருட்டாக இருந்ததால் ஒன்றுமே தெரியவில்லை.

அதற்கு மேலும் அந்தக் காட்சியைப் பார்க்க மனமில்லாத சீமா, வருத்தத்துடன் காட்டை நோக்கித் திரும்பிப் பறந்து செல்லத் துவங்கியது.

12

லோ லோ, ஹை ஹை

டோஜியுடன் சீமா கிளம்பி ஒரு மணிநேரம் இருக்கும். சீமா தனியாகத் திரும்ப வந்து, தண்டனை நிறைவேற்றப்பட்டது என்று மட்டும் சுருக்கமாகச் சொல்லிவிட்டுச் சோகமாகப் பறந்து மலைக்குச் சென்றுவிட்டது.

டோஜி மீது உயிரையே வைத்திருந்த அப்பா, அம்மா மற்றும் நட்பு விலங்குகள் தேம்பின.

அந்த நள்ளிரவில் மூன்று தரப்பினர் கடுங்கோபத்துடன் காட்சியளித்தனர். முதலாவதாகக் கரடி ராஜா, தன் பேச்சுக்கு காட்டில் மதிப்பில்லையே, நேற்று அவ்வளவு எடுத்துச் சொல்லியும் டோஜி தங்க இலையைப் பறித்துவிட்டதே என்று இன்னமும் கோபத்தில் பொங்கிக்கொண்டுதான் இருந்தார்.

சின்னஞ்சிறு குரங்குக்குட்டிக்கு மரண தண்டனையை நிறைவேற்றிவிட்டோமே என்ற குற்ற உணர்வு ஒருபுறம்; தங்க இலையை மீட்க முடியவில்லையே என்ற கோபம் மறுபுறம் என உணர்வுகளின் கலவையாக இருந்தார்.

மற்ற விலங்குகளுக்கும் கோபம்தான். டோஜி செய்தது தப்புதான்; மாற்றுக் கருத்தில்லை; ஆனால் அதற்காக மரண தண்டனையா விதிப்பது? இது என்ன கொடூரமான தண்டனை முறையாக இருக்கிறதே என்று கோபப்பட்டன. ஆனாலும்

டோஜி செய்தது தவறு என்பதால் வெளிப்படையாக எதுவும் சொல்லவும் முடியாமல் மனதிற்குள்ளே புழுங்கின.

இருப்பதிலேயே அதிகக்கோபம் வெள்ளிப்பறவைகளுக்குதான். தங்களது தேடுதல் வேட்டை தடைபட்டுவிட்டதே. ஏற்கனவே இளவரசனைக் கண்டுபிடிக்க முடியவில்லை. இப்போது மரத்தில்வேறு சிக்கிக்கொண்டு பறக்க முடியாமல் போய்விட்டது.

தாம் வெள்ளிப்பறவையாக மாற, தங்கப்பறவை தேவை. ஆனால் இப்போது தங்க இலையே காணாமல் போய்விட்டதால் தங்கப்பறவை எப்படி வரும் என்று கோபத்தில் துடித்தன.

எவ்வளவு நேரம் சென்றதோ தெரியவில்லை. திடீரென்று வானத்தில் ஏதோ சத்தம் கேட்கவும் எல்லோரும் மேலே பார்த்து பிரமித்துப் போய்விட்டார்கள். அழுதுகொண்டிருந்த டோஜியின் அப்பா, அம்மா இருவராலும் தம் கண்களையே நம்ப முடியவில்லை.

முதலில் தங்கப்பறவை பறந்துவந்தது. அதன் தங்க ஒளியில் அழகாகச் சிரித்தபடி சிறுவன் ஒருவனும் மாய சக்தியால் பறந்து வந்தான். தங்கப்பறவை குளத்து நீரில் பிம்பமாகக் காட்டியிருந்த அதே உருவம்தான், தலையில் கிரீடத்துடன் பார்த்தபோதே அதுதான் இளவரசன் என்று கரடி புரிந்துகொண்டு வரவேற்றது.

தங்கப்பறவை, இளவரசன் ஆகிய இருவருக்கும் இடையில் ஒவ்வொருவர் மீதும் ஒவ்வொரு கையைப் போட்டபடி டோஜி புன்னகையுடன் தொங்கிக்கொண்டு வந்து குதித்தது.

அவ்வளவுதான். கரடி ராஜா உட்பட, எல்லோரும் வியந்து நின்றார்கள். விலங்குகளில் சில டோஜியைக் கொஞ்சின. சில இளவரசனை அணைத்து வரவேற்றன. சில விலங்குகள் தங்கப்பறவையைத் தடவிக் கொடுத்தன.

இளவரசன், கரடி ராஜாவிடம், "பறவைகளுக்கு இருக்க இடம் குடுத்தீங்களாமே, அதுக்கு ரொம்ப நன்றி" என்றான்.

தங்கப்பறவை, அந்த மரத்திடம் போய், நடுவில் தனக்கான இடத்தில் ஒட்டிக்கொண்டது. கண்ணிமைக்கும் நேரந்தான். முதலில் மரம் முழுதும் ஒளிர்ந்தது. அதன் பின்னர் வெள்ளிப்பறவைகள் ஒளிர்ந்தன, தங்கப்பறவையும் தகதகத்தது; ஓரிரு வினாடிகளில் ஒளிர்வது நின்றதும் எல்லாப் பறவைகளும் மரத்திலிருந்து விடுபட்டு, இளவரசனை அருகில் வந்து கண்டு மகிழ்ந்தன. அவனது கால்களைச் சுற்றி வந்து உரசின.

இளவரசன், "பறவைகளே, எதுவுமே சாப்பிடாம பட்டினி இருக்கீங்கன்னு கேள்விப்பட்டேன். நாந்தான் வந்திட்டேனே, மொதல்ல போய்ச் சாப்பிட்டு வாங்க!" என்றான். வெள்ளிப்பறவைகள் பறந்து போயின.

"என்ன நடந்துச்சு? நீங்க எப்படி மாயத் தூக்கத்துலேர்ந்து எழுந்தீங்க? டோஜி எப்படி சாகாம தப்பிச்சது? தூக்கத்துலேர்ந்து எழுந்ததை நினைச்சு வருத்தப்படுவீங்கன்னு பாத்தா சிரிச்சிக்கிட்டே வந்தீங்களே?" என்று கரடி ராஜா மூச்சுவிடாமல் வரிசையாகக் கேட்டது.

இளவரசன், புன்னகையுடன் "சொல்லுறேன், ஒவ்வொண்ணா சொல்றேன் கேளுங்க என ஆரம்பித்தான். எல்லா விலங்குகளும் ஆர்வத்துடன் கவனித்தன.

"நான் மாயத்தீவிலேர்ந்து கிளம்பி வந்ததும், யாரும் பாக்காத இடத்துல போய்த் தூங்க முடிவு செஞ்சேன். அந்தப் பாதாளக் கிணறு பாக்கவே பயங்கரமா இருந்துச்சு. நிச்சயம் இதுக்குள்ள யாரும் தேட மாட்டாங்கன்னுதான் உள்ளே போய்ப் பாத்தா, அதுல தண்ணியே இல்ல, புல்லுதான் வளந்திருந்துச்சு. அதுல

படுத்து, மாய மூலிகையை மோந்து பாத்து, மாயத்தூக்கத்துல விழுந்தேன்" என்று சொல்லி மூச்சு வாங்கினான்.

அதற்குமேல் டோஜி தொடர்ந்து பேசியது.

"பாதாளக்கிணத்துல சீமா என்னைத்தள்ளிட்டுப்போயிடுச்சு. என் கையில வெச்சிருந்த தங்க இலை நழுவி, காத்துல மிதந்து மெதுவா கிணத்துக்குள்ள விழுந்துக்கிட்டு இருந்தது. நானோ வேகமா கிணத்துக்குள்ள போயி விழுந்தேன்."

விலங்குகள் அதிர்ச்சியுடன் கவனித்தன. டோஜியின் முகத்திலோ புன்னகை தவழ்ந்தது.

"மொதல்ல பயமாத்தான் இருந்தது. கத்திகிட்டே கீழே போனேன்; நல்லவேளையா அங்க தண்ணி, முதலை எதுவுமே இல்ல. ஆறடி உயரத்துக்குப் புல்லுதான் அடர்த்தியா வளந்திருந்துச்சு. அது மேல போயி, மெத்துன்னு விழுந்தேன்."

"அப்பறம்?"

"என் பக்கத்துல ஏதோ ஒரு உருவம் கிடந்ததைத் தொட்டு உணர முடிஞ்சிது. ஆனா கண்ணுக்கு ஒண்ணும் தெரியல. தங்க இலை, பறந்து வந்து அந்த உருவத்தின் மேல விழுந்தது. பாத்தா, அந்த உருவத்துக்கு வடிவமும் உணர்வும் வந்துடுச்சு. மாயத் தூக்கத்துல இருந்த இளவரசன் முழிச்சு எழுந்து உக்காந்துட்டாரு. தங்க இலையும், தங்கப் பறவையா மாறிடுச்சு; அப்புறம் என்னையும் தூக்கிகிட்டு பறந்து இங்க கொண்டுவந்துட்டாங்க" என்று சொல்லி முடித்தது.

விலங்குகளுக்கு மகிழ்வும் வியப்பும் ஒரே நேரத்தில் தோன்றின.

இளவரசன், "தங்க இலையைப் பறிச்சது, அதை அந்தக் கிணத்துக்குக் கொண்டுவந்தது, இந்த ரெண்டுமே டோஜி செஞ்ச வேலைதான். தெரியாம விளையாட்டுத்தனமா செஞ் சிருந்தாலும், நான் மாயத்தூக்கத்தில இருந்து எழுந்திருக்க அதுதான் காரணம். ரொம்ப நன்றி டோஜி" என்றான்.

டோஜி மகிழ்ச்சியும் வெட்கமுமாக, "பரவால்ல" என்றது.

"நான் மாயத்தூக்கத்துலேர்ந்து முழிச்சதும், அடடா, நம்மளக் கண்டுபிடிச்சிட்டாங்களே. ஒப்பந்தம் கையெழுத்தாவதை

இனிமே தடுக்கவே முடியாதோ அப்படின்னு தோணுச்சு. அப்புறம்தான் அப்பாவோட மனசு மாறிடுச்சு, நான் திரும்பி வந்தாலே போதும்னு நினைக்கிறாரு அப்படின்னு தங்கப்பறவை சொன்னது. பறவைகள் எல்லாமே என்னைப் பாக்குற வரை சாப்புடாம, தண்ணி கூட குடிக்காம இருக்குதுன்னும் சொன்னது.”

“..............”

“நான் உடனே இங்க வந்தாதான் பறவைகளும் சாப்பிடும், சீக்கிரம் எங்க தீவுக்குத் திரும்பிப் போகணும்னு எண்ணமும் எனக்கு வந்துடுச்சு. அதான் மகிழ்ச்சியா வந்தேன்” என்றான்.

கரடி ராஜா உள்பட எல்லா விலங்குகளும் டோஜியை நினைத்து மகிழ்ந்தன. அதன் அப்பா அம்மாவுக்கோ ஒரே பெருமிதம்தான்.

வானத்தில் மீண்டும் சத்தம் கேட்டது. வெள்ளிப்பறவைகள் திரும்பி வந்தன.

வழக்கமாகக் கொண்டு வருவதைவிடப் பல மடங்கு அதிகமாகக் காய், பழங்களைக் கொண்டுவந்தன. எல்லோரும் ஒன்றாக அமர்ந்து பேசிச் சிரித்தபடியே சாப்பிட்டனர்.

வெள்ளிப்பறவைகளும், தங்கப்பறவையும் மாயத்தீவிலிருந்து கிளம்பி வந்தது முதலாக சாப்பிடவோ தண்ணீர் குடிக்கவோ இல்லை என்பதால் கடும்பசியில் எல்லாவற்றையும் உண்டு தீர்ந்துவிட்டன. பழங்களை உண்டு மிச்சமான பழ விதைகள் மலை போலக் குவிந்திருந்தன.

இளவரசன், "நாங்க கிளம்புறோம். உங்க உதவிக்கு நன்றி" என்றான்.

வெள்ளிப்பறவைகள் கூட்டமாகப் பறந்துவந்து மேலே வரிசையாக நின்றன. தங்கப்பறவை முன்னால் வந்து சங்கேதமாகக் குரல் எழுப்பியது.

எல்லா வெள்ளிப்பறவைகளும் ராட்சத வேகத்தில் தம் சிறகுகளை அடித்தன. சிறு சூறாவளியே ஏற்பட்டது. அவை என்ன செய்கின்றன என யாருக்கும் புரியவில்லை. ஒரே தூசுப்படலம்தான்.

இளவரசன், தங்கப்பறவை மற்றும் வெள்ளிப்பறவைகள் எல்லோரும் கூட்டமாகக் கிளம்பிச் சென்றுவிட்டார்கள்.

அனைத்து விலங்குகளின் முகங்களிலும் ஒரே மகிழ்ச்சி, கரடி ராஜாவைத் தவிர.

டோஜி, "ஏன் ராஜா சோகமா இருக்கீங்க?" என்றது.

கரடி, "இல்ல, இத்தனை நாளா, இந்த வெள்ளிப் பறவைங்கதான் நமக்கெல்லாம் பழங்களைக் கொண்டு வந்துதுங்க. இனிமே யாரு தருவாங்க? நீங்கல்லாம் எங்க உங்களுக்கு சாப்பிடக் கிடைக்குமோ அங்க போயிடுங்க, அதுதான் உங்களுக்கு நல்லது!" என்றது.

இப்போது எல்லா விலங்குகளும் வருத்தமாக உணர்ந்தன.

ஓரிரு விலங்குகள் காட்டை விட்டு வெளியேறும் திசையில் நடக்க ஆரம்பித்தன.

டோஜி, "என்ன ஆனாலும் சரி ராஜா, உங்கள விட்டு, இந்தக் காட்ட விட்டு நான் போகவே மாட்டேன்" என்றபோது, கரடி டோஜியை பாசத்துடன் அணைத்துக்கொண்டு கண்கலங்கியது.

தொலைவிலிருந்து மெலிதான ஒலி கேட்டது.

“லோ ஹை, லோ ஹை” என்ற குரலும்

“லோ லோ, ஹை ஹை” என்ற இன்னொரு குரலும் கேட்டன.

“அங்க பாருங்க!” என்று டூட்டு மகிழ்வுடன் கிறீச்சிட்டது. விலங்குகள் அனைத்தும் அது சுட்டிக் காட்டிய திசையில் பார்த்தன.

அங்கே இடி இடித்து மின்னல் வெட்டியது. மழை நன்கு பொழிய ஆரம்பித்தது. மழை நீர் மண்ணில் பட்டதும், மாமரம் ஒன்று வேகமாக வளர்ந்துகொண்டே வந்தது. அதில் மாம்பழங்கள் கொத்துக்கொத்தாகக் காய்த்துத் தொங்கின. அதேபோலப் பல்வேறு பழமரங்களும் ஆங்காங்கே மழை நீரில் முளைத்தன.

இப்போதுதான் விலங்குகளுக்கு ஒன்று புரிந்தது. வெள்ளிப்பறவைகள் படபடவென்று சிறகை அடித்து காற்றை வேகமாக்கிய காரணம், அங்கே குவிந்திருந்த பழ விதைகளைக் காடு முழுதும் தூவுவதற்குதான் என்று புரிந்துகொண்டன.

அது மட்டுமா? தங்களின் மாய சக்தியால், விதைகளைக் காடெங்கும் தூவி, பழமரங்களை உடனே வளரவைத்து நன்மை செய்திருக்கின்றன. சவாலான நேரத்தில் தங்குவதற்கு இடம் கொடுத்த உதவிக்குப் பதிலாக இந்தப் பறவைகள் எவ்வளவு பெரிய பதில் உதவியைச் செய்திருக்கின்றன!

இனி இந்தக் காடு வெறும் பொட்டல் காடு அல்ல! பலவித மரங்கள் அடர்த்தியாக முளைத்துவிட்டன. மழை பெய்ததால் மண் வளமாகிவிட்டது. இனி தினம் தினம் பல வித காய்களும் பழங்களும் பூக்களும் தோன்றும். இயற்கை மலர்ந்துவிட்ட இந்தக் காட்டில் எல்லா உயிரினங்களும் இனி சிறப்பாக வாழமுடியும்.

எல்லா விலங்குகளும், பறவைகளும், பூச்சிகளும் கரவொலியுடன் பறவைகளுக்கு நன்றி தெரிவித்து மகிழ்ந்தன.

இளவரசன் மற்றும் பறவைகளுக்காக தூரத்தில் மாயத்தீவு ஆவலுடன் காத்திருந்தது.

(நிறைவடைந்தது)

www.ingramcontent.com/pod-product-compliance
Lightning Source LLC
LaVergne TN
LVHW060151051026
849517LV00007B/2632